Gefins Tími

Nýjungarrík Sous-Vide Matreiðslubók

Vala Társdóttir

Efni

Sætir og súrir kjúklingavængir 9
Sítrus kjúklingabringur 11
Kjúklingur fylltur með ætiþistlum 13
Stökkur kjúklingapappír með beikoni 14
Kjúklingur með þurrkuðum tómötum 15
Grænmetiskjúklingur með sojasósu 17
Kjúklingasalat að kínversku með heslihnetum 19
Paprikukjúklinga hádegisverður 21
Kjúklingapottréttur með rósmaríni 22
Stökkur kjúklingur með sveppum 24
Kryddaður kjúklingur með kartöflurétti 26
Cilantro kjúklingur með hnetusmjörsdýfu 28
Kjúklinga- og blaðlaukspottréttur 30
Kjúklingalundir með sinnepi 32
Kjúklingasalat með osti og kjúklingabaunum 34
Flókinn kjúklingur með osti 36
Kjúklingur í kínverskum stíl 38
Oregano kjúklingabollur 39
Cornish hæna full af hrísgrjónum og berjum 41
Chessy kjúklingurúlla 43
Myntu salat með kjúklingi og baunum 45
Kjúklingur með kryddjurtum og sveppasósu 47
Stökksteiktur kjúklingur 49
Grænt kjúklingasalat með möndlum 51

Mjólk kókos kjúklingur	53
Beikon- og kjúklingaréttur í rómverskum stíl	54
Kirsuberjatómatar, avókadó og kjúklingasalat	56
Chili kjúklingur	58
Kjúklingavængir með hunangsbragði	60
Grænt kjúklingakarrý með núðlum	62
Pestó kjúklingabitar með avókadó	64
Kjúklingakúlur með osti	66
Kalkúnaborgarar með osti	68
Kalkúnn fylltur með beikoni og valhnetum vafinn inn í skinku	70
Caesar salat tortilla rúllur með kalkún	72
Salvía kalkúnarúlla	74
Timjan kalkúnabringa	76
Hamborgarar með kalkúnakjötbollum með pestói	77
Kalkúnabringa með valhnetum	79
Kryddaður kalkúnaréttur	81
Kalkúnn í appelsínusósu	82
Kalkúnabollur með timjan og rósmarín	84
Kalkúnabringa með negul	86
Dill og rósmarín kalkúnabringur	87
Steikt sæt önd	88
Duck Breas t	90
Appelsínugult gæs Confit	92
Rækjupasta með sítrónu og osti	94
Lúða með sætu sherry og miso gljáa	96
Stökkur lax með sætum engifergljáa	98
Sítrusfiskur með kókossósu	100

Ýsa steikt með lime og steinselju 102

Stökk tilapia með sinnepi og hlynsósu 104

Sverðfisk sinnep 106

Kryddaðar fisktortillur 107

Túnfisksteikur með basil 109

Sverðfiskur og kartöflusalat með Kalamata ólífum 110

Reyktur lax 113

Hörpuskel með smjöri og pancetta 115

Smokkfisk linguine með chili og sítrónu 117

Krabbakjöt með lime og smjörsósu 119

Fljótlegur lax í norður stíl 120

Ljúffengur silungur með sinnepi og tamari sósu 121

Sesam túnfiskur með engifersósu 122

Guðdómlegar hvítlauks- og sítrónukrabbarúllur 124

Kryddaður kolkrabba með sítrónusósu 126

Kebab úr kreólarækjum 128

Rækjur með sterkri sósu 130

Lúða með lauk og estragon 131

Grænmetissmjör Lemon Þorskur 133

Snót með Beurre Nantais 135

Túnfiskflögur 137

Hörpuskel í smjöri 138

Minty sardínur 139

Haflauk í hvítvíni 140

Lax og grænkálssalat með avókadó 141

Engifer lax 143

Kræklingur í ferskum limesafa 144

Túnfisksteikur marineraðar í kryddjurtum	145
Krabbabökur	147
Chili Smels	149
Marineruð steinbítsflök	151
Steinseljuraekjur með sítrónu	153
Sous Vide Lúða	154
Sóli með sítrónusmjöri	156
Þorskpottréttur með basil	158
Ljós tilapia	159
Lax með aspas	160
Karrí makríll	161
Smokkfiskur með rósmaríni	162
Steiktar sítrónu rækjur	163
Grillaður kolkrabbi	164
Villtar laxasteikur	166
Tilapia plokkfiskur	168
Smjörkúlur með piparkornum	170
Cilantro silungur	172
Smokkfiskhringir	173
Chilli rækjur og avókadó salat	174
Smjörkenndur rauður snappari með sítrussaffransósu	176
Þorskflök í sesamskorpu	178
Rjómalöguð lax með spínati og sinnepssósu	180
Pipar hörpuskel með fersku salati	182
Sætur hörpuskel með mangó	184
Blaðlaukur og rækjur með sinnepsvinaigrette	186
Kókosrækjusúpa	188

Hunangslax með soba núðlum 190

Sælkerahumar með majónesi 192

Rækjuveislukokteill 194

Herby sítrónu lax 196

Saltaðir humarhalar með smjöri... 197

Tælenskur lax með blómkáli og eggjanúðlum................................... 198

Létt sjóbirtingur með dilli 200

Sweet Chili rækju hrærið... 201

Ávaxtaríkar taílenskar rækjur 203

Dublin réttur með sítrónu rækjum 205

Safaríkar hörpuskel með chili og hvítlaukssósu................................ 207

Karrírækjur með núðlum 209

Kryddaður rjómaþorskur með steinselju 210

French Pot de Rillettes með laxi 212

Salvíu lax með kókos kartöflumús 213

Dill Baby Octopus Bowl.. 215

Saltaður lax í hollandaise sósu 216

Ótrúlegur sítrónu basil lax.. 218

Eggjabitar með laxi og aspas 220

Rækjur með hvítlauk og sinnepi 222

Sætir og súrir kjúklingavængir

Undirbúningur + eldunartími: 2 klukkustundir og 15 mínútur | Skammtar: 2

Hráefni

12 kjúklingavængir
Salt og svartur pipar eftir smekk
1 bolli kjúklingapottblöndu
½ bolli af vatni
½ bolli tamari sósa
½ saxaður laukur
5 hvítlauksrif, söxuð
2 teskeiðar af engiferdufti
2 matskeiðar af púðursykri
¼ bolli mirin
Sesamfræ til skrauts
Maíssterkjugrautur (blandað saman 1 matskeið af maíssterkju og 2 matskeiðar af vatni)
Ólífuolía til steikingar

Leiðbeiningar

Útbúið vatnsbað og setjið Sous Vide í það. Stillt á 147F.

Setjið kjúklingavængina í endurlokanlegan poka og kryddið með salti og pipar. Losaðu loftið með því að kreista út vatnið, lokaðu og dýfðu pokanum í vatnsbað. Eldið í 2 klst. Eftir að tímamælirinn hættir skaltu fjarlægja pokann. Hitið pönnu með olíu.

Blandið saman 1/2 bolli af steikjablöndunni og 1/2 bolla af vatni í skál. Hellið afganginum af steikingarblöndunni í aðra skál. Dýfðu vængjunum í blautu blönduna og síðan í þurru blönduna. Steikið í 1-2 mínútur þar til þær verða stökkar og gullinbrúnar.

Hitið pottinn fyrir sósuna og hellið öllu hráefninu út í; elda þar til það er freyði. Hrærið vængjunum saman við. Stráið sesamfræjum yfir og berið fram.

Sítrus kjúklingabringur

Undirbúningur + eldunartími: 3 klst | Skammtar: 2

Hráefni

1½ matskeið af nýkreistum appelsínusafa

1½ matskeið af nýkreistum sítrónusafa

1½ matskeið af púðursykri

1 matskeið af Pernod

1 matskeið af ólífuolíu

1 matskeið af heilkorni

1 teskeið af sellerífræjum

Saltið eftir smekk

¾ teskeið af svörtum pipar

2 kjúklingabringur, beinar, skinn-á

1 fennel, snyrt, skorin í sneiðar

2 klementínur, óafhýddar og skornar í sneiðar

Saxað dill

Leiðbeiningar

Útbúið vatnsbað og setjið Sous Vide í það. Stillt á 146F.

Blandið sítrónusafa, appelsínusafa, Pernod, ólífuolíu, sellerífræjum, púðursykri, sinnepi, salti og pipar saman í skál. Blandið vel saman.

Setjið kjúklingabringurnar, sneiðar klementínu og sneiðar fennel í endurlokanlegan poka. Bætið appelsínublöndunni út í. Losaðu loftið með því að kreista út vatnið, lokaðu og dýfðu pokanum í vatnsbað. Eldið í 2 klukkustundir og 30 mínútur. Eftir að tímamælirinn hættir skaltu fjarlægja pokann og flytja innihaldið í skál. Tæmdu kjúklinginn og settu matreiðslusafann í heitt ílát.

Eldið í um það bil 5 mínútur, þar til það er freyðandi. Taktu það út og settu það í kjúklinginn. Eldið í 6 mínútur þar til það er gullbrúnt. Berið kjúklinginn fram á disk og hellið sósunni yfir. Skreytið með dilli og fennellaufum.

Kjúklingur fylltur með ætiþistlum

Undirbúningur + eldunartími: 3 klukkustundir 15 mínútur | Skammtar: 6

Hráefni:

2 kíló af kjúklingabringum, skorið fiðrildi
½ bolli saxað barnaspínat
8 pressaðir hvítlaukar
10 þistilhjörtu
Salt og hvítur pipar eftir smekk
4 matskeiðar af ólífuolíu

Leiðbeiningar:

Blandið ætiþistlum, pipar og hvítlauk saman í matvinnsluvél. Blandið þar til það er alveg slétt. Blandið aftur saman og bætið olíunni smám saman út í þar til hún hefur blandast vel saman.

Fylltu hverja bringu með jöfnu magni af ætiþistlablöndunni og söxuðu barnaspínati. Brjótið bringuflökið aftur saman og festið kantinn með tréspjótum. Kryddið með salti og hvítum pipar og setjið í aðskilda poka sem hægt er að lofttæma. Lokaðu töskunum og eldaðu en Sous Vide í 3 klukkustundir við 149F.

Stökkur kjúklingapappír með beikoni

Undirbúningur + eldunartími: 3 klukkustundir 15 mínútur | Skammtar: 2

Hráefni

1 kjúklingabringa
2 ræmur af pancetta
2 matskeiðar af Dijon sinnepi
1 matskeið af rifnum Pecorino Romano osti

Leiðbeiningar

Útbúið vatnsbað og setjið Sous Vide í það. Stilltu á 146 F. Blandaðu kjúklingi með salti. Marineraðu með Dijon sinnepi á báðum hliðum. Toppið með Pecorino Romano osti og vefjið pancettunni utan um kjúklinginn.

Settu í lofttæmandi lokanlegan poka. Losaðu loftið með því að kreista út vatnið, lokaðu og dýfðu pokanum í vatnsbað. Eldið í 3 klst. Eftir að tímamælirinn hættir skaltu fjarlægja kjúklinginn og þurrka hann. Hitið pönnu yfir meðalhita og steikið þar til hún verður stökk.

Kjúklingur með þurrkuðum tómötum

Undirbúningur + eldunartími: 1 klukkustund og 15 mínútur | Skammtar: 3

Hráefni:

1 pund kjúklingabringa, roð- og beinlaus

½ bolli af sólþurrkuðum tómötum

1 teskeið af hráu hunangi

2 matskeiðar af ferskum sítrónusafa

1 matskeið af ferskri myntu, smátt söxuð

1 matskeið af söxuðum skalottlaukum

1 matskeið af ólífuolíu

Salt og svartur pipar eftir smekk

Leiðbeiningar:

Skolið kjúklingabringuna undir köldu rennandi vatni og þurrkið með eldhúspappír. Setja til hliðar.

Blandið saman sítrónusafa, hunangi, myntu, skalottlaukum, ólífuolíu, salti og pipar í meðalstóra skál. Blandið þar til það hefur blandast vel saman. Bætið við kjúklingabringum og sólþurrkuðum tómötum. Hristið til að hjúpa allt vel. Flyttu allt í stóran endurlokanlegan poka. Ýttu á pokann til að fjarlægja loftið og lokaðu lokinu. Eldið en Sous Vide í 1 klukkustund við 167 F. Takið úr vatnsbaði og berið fram strax.

Grænmetiskjúklingur með sojasósu.

Undirbúningur + eldunartími: 6 klukkustundir 25 mínútur | Skammtar: 4

Hráefni

1 heill kjúklingur með beinum, snúinn

1 lítri lágt natríum kjúklingakraftur

2 matskeiðar af sojasósu

5 greinar af ferskri salvíu

2 þurr lárviðarlauf

2 bollar sneiðar gulrætur

2 bollar af sneiðum sellerí

½ oz þurrkaðir sveppir

3 matskeiðar af smjöri

Leiðbeiningar

Útbúið vatnsbað og setjið Sous Vide í það. Stillt á 149F.

Blandið saman sojasósu, kjúklingakrafti, kryddjurtum, grænmeti og kjúklingi. Settu í lofttæmandi lokanlegan poka. Losaðu loftið með því að kreista út vatnið, lokaðu og dýfðu pokanum í vatnsbað. Eldið í 6 klst.

Eftir að tímamælirinn hættir skaltu fjarlægja kjúklinginn og tæma grænmetið. Þurrkaðu með bakka. Kryddið með ólífuolíu, salti og pipar. Hitið ofninn í 450 F. og bakið í 10 mínútur. Hrærið matreiðslusafann í pottinum. Takið af hitanum og blandið saman við smjör. Skerið kjúklinginn í sneiðar án húðarinnar og kryddið með kosher salti og möluðum svörtum pipar. Berið fram á disk. Hellið sósunni yfir.

Kjúklingasalat að kínversku með heslihnetum

Undirbúningur + eldunartími: 1 klukkustund 50 mínútur | Skammtar: 4

Hráefni

4 stórar roð- og beinlausar kjúklingabringur

Salt og svartur pipar eftir smekk

¼ bolli af hunangi

¼ bolli sojasósa

3 matskeiðar af hnetusmjöri, brætt

3 matskeiðar af sesamolíu

2 matskeiðar af jurtaolíu

4 teskeiðar af ediki

½ teskeið af reyktri papriku

1 haus af ísjakasalati, rifið

3 vorlaukar, saxaðir

¼ bolli saxaðar heslihnetur, ristaðar

¼ bolli ristað sesamfræ

2 bollar wonton ræmur

Leiðbeiningar

Útbúið vatnsbað og setjið Sous Vide í það. Stillt á 152F.

Blandið kjúklingnum saman við salti og pipar og setjið í lofttæmapoka. Losaðu loftið með því að kreista út vatnið, lokaðu og dýfðu pokanum í vatnsbað. Eldið í 90 mínútur.

Á meðan er hunangi, sojasósu, hnetusmjöri, sesamolíu, jurtaolíu, ediki og papriku blandað saman. Blandið þar til slétt. Látið kólna í kæli.

Eftir að tímamælirinn hættir skaltu fjarlægja kjúklinginn og þurrka hann með eldhúsþurrku. Fargið matreiðslusafanum. Skerið kjúklinginn í litlar sneiðar og setjið yfir í salatskál. Bætið við salati, vorlauk og heslihnetum. Hellið dressingunni yfir. Skreytið með sesamfræjum og wonton ræmum.

Paprikukjúklinga hádegisverður

Undirbúningur + eldunartími: 1 klukkustund og 15 mínútur | Skammtar: 2

Hráefni

1 beinlaus kjúklingabringa, skorin í tvennt
Salt og svartur pipar eftir smekk
Pipar eftir smekk
1 matskeið af papriku
1 matskeið af hvítlauksdufti

Leiðbeiningar

Útbúið vatnsbað og setjið Sous Vide í það. Stilltu á 149 F. Tæmdu kjúklinginn og þurrkaðu hann á ofnplötu. Kryddið með hvítlauksdufti, papriku, pipar og salti. Settu í lofttæmandi lokanlegan poka. Losaðu loftið með því að kreista út vatnið, lokaðu og sökktu í vatnsbað. Eldið í 1 klst. Eftir að tímamælirinn hættir skaltu fjarlægja kjúklinginn og bera fram.

Kjúklingapottréttur með rósmaríni

Undirbúningur + eldunartími: 4 klukkustundir og 15 mínútur | Skammtar: 2

Hráefni

2 kjúklingalundir

6 pressuð hvítlauksrif

¼ tsk heill svartur pipar

2 lárviðarlauf

¼ bolli dökk sojasósa

¼ bolli hvítt edik

1 matskeið af rósmarín

Leiðbeiningar

Útbúið vatnsbað og setjið Sous Vide í það. Stillið á 165 F. Blandið kjúklingalundum saman við allt hráefnið. Settu í lofttæmandi lokanlegan poka. Losaðu loftið með því að kreista út vatnið, lokaðu og sökktu í vatnsbað. Eldið í 4 klst.

Eftir að tímamælirinn hættir skaltu fjarlægja kjúklinginn, farga lárviðarlaufinu og geyma matreiðslusafann. Hitið repjuolíuna á pönnu við meðalhita og steikið kjúklinginn. Bætið matreiðslusafanum út í og eldið þar til æskilegri þéttleika er náð. Síið sósuna og fyllið kjúklinginn.

Stökkur kjúklingur með sveppum

Undirbúningur + eldunartími: 1 klukkustund og 15 mínútur | Skammtar: 4

Hráefni

4 beinlausar kjúklingabringur

1 bolli panko brauðrasp

1 pund Portobello sveppir í sneiðum

Lítið búnt af timjan

2 egg

Salt og svartur pipar eftir smekk

Canola olía eftir smekk

Leiðbeiningar

Útbúið vatnsbað og setjið Sous Vide í það. Stillt á 149F.

Settu kjúklinginn í lofttæmandi lokanlegan poka. Kryddið með salti og timjan. Losaðu loftið með því að kreista út vatnið, lokaðu og sökktu í vatnsbað. Eldið í 60 mínútur.

Á meðan hitarðu pönnu yfir meðalhita. Eldið sveppina þar til vatnið gufar upp. Bætið við 3-4 greinum af timjan. Saltið og piprið. Eftir að tímamælirinn hættir skaltu fjarlægja pokann.

Hitið pönnu með olíu á meðalhita. Blandið panko saman við salti og pipar. Leggið kjúklinginn í panko blönduna. Steikið í 1-2 mínútur á hvorri hlið. Berið fram með sveppum.

Kryddaður kjúklingur með kartöflurétti

Undirbúningur + eldunartími: 1 klukkustund og 15 mínútur | Skammtar: 2

Hráefni

6 kjúklingaflök

4 bollar butternut squash, skorið í teninga og ristað

4 bollar rucola

4 matskeiðar af sneiðum möndlum

Safi úr 1 sítrónu

2 matskeiðar af ólífuolíu

4 matskeiðar af rauðlauk, saxaður

1 matskeið af papriku

1 matskeið af túrmerik

1 matskeið kúmen

Saltið eftir smekk

Leiðbeiningar

Útbúið vatnsbað og setjið Sous Vide í það. Stilltu á 138F.

Setjið kjúklinginn og öll kryddin í endurlokanlegan poka. Losaðu loftið með því að kreista út vatnið, lokaðu og sökktu í vatnsbað. Eldið í 60 mínútur.

Eftir að tímamælirinn hættir skaltu fjarlægja pokann og flytja kjúklinginn yfir á heita pönnuna. Steikið í 1 mínútu á hlið. Blandið restinni af hráefnunum saman í skál. Berið kjúklinginn fram með salatinu.

Cilantro kjúklingur með hnetusmjörsdýfu

Undirbúningur + eldunartími: 1 klukkustund 40 mínútur | Skammtar: 2

Hráefni

4 kjúklingabringur

1 poki af blanduðu salati

1 búnt kóríander

2 gúrkur

2 gulrætur

1 pakki af wonton umbúðum

Olía til steikingar

¼ bolli hnetusmjör

Safi úr 1 lime

2 matskeiðar saxað kóríander

3 hvítlauksrif

2 matskeiðar af fersku engifer

½ bolli af vatni

2 matskeiðar af hvítu ediki

1 matskeið af sojasósu

1 teskeið af fiskisósu

1 tsk af sesamolíu

3 skeiðar af repjuolíu

Leiðbeiningar

Útbúið vatnsbað og setjið Sous Vide í það. Stillið á 149 F. Kryddið kjúklinginn með salti og pipar og setjið í lofttæmandi lokanlegan poka. Losaðu loftið með því að kreista út vatnið, lokaðu og dýfðu pokanum í vatnsbað. Eldið í 60 mínútur. Saxið agúrkuna, kóríander og gulrót og blandið saman við salatið

Hitið pott í 350 F. og fyllið með olíu. Skerið wontons í bita og steikið þar til þær verða stökkar. Setjið hnetusmjör, limesafa, ferskt engifer, kóríander, vatn, hvítt edik, fiskisósu, sojasósu, sesamfræ og rapsolíu í matvinnsluvél. Blandið þar til slétt.

Þegar tímamælirinn er búinn, fjarlægðu kjúklinginn og færðu hann yfir á heita pönnuna. Steikið í 30 sekúndur á hverri hlið. Blandið wonton ræmunum saman við salatið. Skerið kjúklinginn í sneiðar. Berið fram ofan á salatið. Hellið dressingunni yfir.

Kjúklinga- og blaðlaukspottréttur

Undirbúningur + eldunartími: 70 mínútur | Skammtar: 4

Hráefni

6 roðlausar kjúklingabringur

Salt og svartur pipar eftir smekk

3 matskeiðar af smjöri

1 stór blaðlaukur, skorinn þversum

½ bolli panko

2 matskeiðar af saxaðri steinselju

1 oz Copoundy Jack ostur

1 matskeið af ólífuolíu

Leiðbeiningar

Útbúið vatnsbað og setjið Sous Vide í það. Stillt á 146F.

Settu kjúklingabringurnar í lofttæmandi lokanlegan poka. Saltið og piprið. Losaðu loftið með því að kreista út vatnið, lokaðu og sökktu í vatnsbað. Eldið í 45 mínútur.

Hitið á meðan pönnu við háan hita með smjöri og steikið blaðlaukinn. Saltið og piprið. Blandið vel saman. Lækkið hitann og látið malla í 10 mínútur.

Hitið pönnu yfir miðlungshita með smjöri og bætið panko saman við. Eldið þar til það er ristað. Setjið í skál og blandið saman við cheddarost og saxaðri steinselju. Eftir að tímamælirinn hættir skaltu fjarlægja bringurnar og þurrka þær. Hitið pönnu yfir háum hita með ólífuolíu og steikið kjúklinginn í 1 mínútu á hvorri hlið. Berið fram yfir blaðlauk og skreytið með panko blöndu.

Kjúklingalundir með sinnepi

Undirbúningur + eldunartími: 2 klukkustundir og 30 mínútur | Skammtar: 4

Hráefni

4 heilir kjúklingaleggir

Salt og svartur pipar eftir smekk

2 matskeiðar af ólífuolíu

2 skalottlaukar, þunnar sneiðar

3 hvítlauksgeirar, þunnar sneiðar

½ bolli af þurru hvítvíni

1 bolli kjúklingakraftur

¼ bolli heilkorns sinnep

1 bolli hálfur og hálfur rjómi

1 teskeið af túrmerik

2 matskeiðar af fersku estragon, hakkað

1 matskeið af fersku timjan, malað

Leiðbeiningar

Útbúið vatnsbað og setjið Sous Vide í það. Stillið á 172 F. Kryddið kjúklinginn með salti og pipar. Hitið ólífuolíuna á pönnu við háan hita og steikið kjúklingabringurnar í 5-7 mínútur. Setja til hliðar.

Bætið skalottlaukum og hvítlauk á sömu pönnu. Eldið í 5 mínútur. Bætið hvítvíninu út í og sjóðið í 2 mínútur þar til það er freyðandi. Takið út og hellið kjúklingakraftinum og sinnepi út í.

Blandið sinnepssósunni saman við kjúklinginn og setjið í lofttæmapoka. Losaðu loftið með því að kreista út vatnið, lokaðu og sökktu í vatnsbað. Eldið í 2 klst.

Þegar tímamælirinn hættir skaltu fjarlægja pokann, setja kjúklinginn til hliðar og skilja eldunarvökvana að. Setjið matreiðsluvökvann og hálfan og hálfan rjómann í upphitaðan pott. Eldið þar til það er freyðandi og hálft gufað upp. Takið af hellunni og hrærið estragon, túrmerik, timjan og kjúklingastangir saman við. Blandið vel saman. Kryddið með salti og pipar og berið fram.

Kjúklingasalat með osti og kjúklingabaunum

Undirbúningur + eldunartími: 1 klukkustund og 30 mínútur | Skammtar: 2

Hráefni

6 bein- og roðlaus kjúklingabringur

4 matskeiðar af ólífuolíu

2 skeiðar af heitri sósu

1 tsk malað kúmen

1 tsk ljós púðursykur

1 tsk malaður kanill

Salt og svartur pipar eftir smekk

1 dós af tæmdum kjúklingabaunum

½ bolli mulinn fetaostur

½ bolli mulinn queso fresco ostur

½ bolli söxuð basilíka

½ bolli nýrifin mynta

4 teskeiðar af furuhnetum, ristaðar

2 teskeiðar af hunangi

2 teskeiðar af nýkreistum sítrónusafa

Leiðbeiningar

Útbúið vatnsbað og setjið Sous Vide í það. Stilltu á 138 F. Settu kjúklingabringur, 2 matskeiðar ólífuolíu, heita sósu, púðursykur, kúmen og kanil í endurlokanlegan poka. Saltið og piprið. Losaðu loftið með því að kreista út vatnið, lokaðu og dýfðu pokanum í vatnsbað. Eldið í 75 mínútur.

Á meðan skaltu sameina kjúklingabaunir, basil, queso fresco, myntu og furuhnetur í skál. Hellið hunangi, sítrónusafa og 2 matskeiðar af ólífuolíu. Saltið og piprið. Eftir að tímamælirinn hættir skaltu taka kjúklinginn út og saxa hann í bita. Fargið matreiðslusafanum. Blandið salatinu og kjúklingnum saman, blandið vel saman og berið fram.

Flókinn kjúklingur með osti

Undirbúningur + eldunartími: 60 mínútur | Skammtar: 2

Hráefni

2 bein- og roðlausar kjúklingabringur

Salt og svartur pipar eftir smekk

2 teskeiðar af smjöri

4 bollar af salati

1 stór tómatur, skorinn í sneiðar

1 oz cheddar ostur, skorinn í sneiðar

2 matskeiðar af rauðlauk, skorinn í teninga

Fersk basilíkublöð

1 matskeið af ólífuolíu

2 sneiðar af sítrónu til framreiðslu

Leiðbeiningar

Útbúið vatnsbað og setjið Sous Vide í það. Stillt á 146F.

Settu kjúklinginn í lofttæmandi lokanlegan poka. Saltið og piprið. Losaðu loftið með því að kreista út vatnið, lokaðu og dýfðu pokanum í vatnsbað. Eldið í 45 mínútur.

Eftir að tímamælirinn hættir skaltu fjarlægja kjúklinginn og farga matreiðslusafanum. Hitið pönnu við háan hita með smjöri. Steikið kjúklinginn þar til hann er gullinbrúnn. Færið yfir á framreiðsludisk. Setjið salatið meðal kjúklingsins og stráið tómötum, rauðlauk, cheddarosti og basilíku yfir. Stráið ólífuolíu yfir, salti og pipar. Berið fram með sítrónubátum.

Kjúklingur í kínverskum stíl

Undirbúningur + eldunartími: 1 klukkustund 35 mínútur | Skammtar: 6

Hráefni

1½ pund kjúklingabringur, bein- og roðlaus

¼ bolli laukur, smátt saxaður

2 matskeiðar af Worcestershire sósu

1 skeið af hunangi

1 tsk af sesamolíu

1 hvítlauksgeiri, saxaður

¾ teskeið af kínversku fimm krydddufti

Leiðbeiningar

Útbúið vatnsbað og setjið Sous Vide í það. Stillt á 146F.

Setjið kjúklinginn, laukinn, hunangið, Worcestershire sósuna, sesamolíuna, hvítlaukinn og fimm krydd í lofttæmandi lokanlegan poka. Losaðu loftið með því að kreista út vatnið, lokaðu og dýfðu pokanum í vatnsbað. Eldið í 75 mínútur. Hitið pönnu yfir meðalhita. Eftir að tímamælirinn hættir skaltu fjarlægja pokann og setja hann á pönnuna. Steikið í 5 mínútur þar til þær eru gullinbrúnar. Skerið kjúklinginn í medalíur.

Oregano kjúklingabollur

Undirbúningur + eldunartími: 2 klukkustundir og 20 mínútur | Skammtar: 4

Hráefni

1 pund malaður kjúklingur

1 matskeið af ólífuolíu

2 hvítlauksrif, söxuð

1 tsk af fersku oregano, hakkað

Saltið eftir smekk

1 matskeið kúmen

½ teskeið af rifnum sítrónuberki

½ teskeið af svörtum pipar

¼ bolli panko brauðrasp

sítrónu sneiðar

Leiðbeiningar

Útbúið vatnsbað og setjið Sous Vide í það. Stilltu á 146 F. Blandaðu kjúklingi, hvítlauk, ólífuolíu, oregano, sítrónuberki, kúmeni, salti og pipar saman í skál. Búðu til að minnsta kosti 14 kjötbollur með höndunum. Settu kjötbollurnar í lofttæmandi lokanlegan poka. Losaðu loftið með því að kreista út vatnið, lokaðu og dýfðu pokanum í vatnsbað. Eldið í 2 klst.

Eftir að tímamælirinn hættir skaltu fjarlægja pokann og flytja kjötbollurnar yfir á álpappírsklædda ofnplötu. Hitið pönnuna á meðalhita og steikið kjötbollurnar í 7 mínútur. Setjið sítrónusneiðar ofan á.

Cornish hæna full af hrísgrjónum og berjum

Undirbúningur + eldunartími: 4 klukkustundir 40 mínútur | Skammtar: 2

Hráefni

2 heilar kornískt villibráð

4 matskeiðar af smjöri auk 1 matskeið aukalega

2 bollar shitake sveppir, þunnar sneiðar

1 bolli blaðlaukur, smátt skorinn

¼ bolli pekanhnetur, saxaðar

1 matskeið af fersku timjan, malað

1 bolli af soðnum villihrísgrjónum

¼ bolli þurrkuð trönuber

1 skeið af hunangi

Leiðbeiningar

Útbúið vatnsbað og setjið Sous Vide í það. Stillt á 149F.

Hitið 4 matskeiðar af smjöri á pönnu við meðalhita, bætið við sveppum, timjani, blaðlauk og pekanhnetum þegar þær eru bráðnar. Eldið í 5-10 mínútur. Bætið við hrísgrjónum og trönuberjum. Takið af hitanum. Látið kólna í 10 mínútur. Fylltu holuna á kjúklingnum með blöndunni. Taktu saman fæturna.

Settu kjúklingana í lofttæmandi lokanlegan poka. Losaðu loftið með því að nota vatnspressuaðferðina, lokaðu og dýfðu pokanum í baðið. Eldið í 4 klst. Hitið pönnu við háan hita. Blandið hunangi og 1 matskeið af bræddu smjöri í skál. Hellið yfir kjúklingana. Steikið kjúklingana í 2 mínútur og berið fram.

Chessy kjúklingurúlla

Undirbúningur + eldunartími: 1 klukkustund 45 mínútur | Skammtar: 2

Hráefni

1 kjúklingabringa
¼ bolli rjómaostur
¼ bolli ristuð rauð paprika
½ bolli lauslega pakkað rúla
6 sneiðar af prosciutto
Salt og svartur pipar eftir smekk
1 matskeið af olíu

Leiðbeiningar

Útbúið vatnsbað og setjið Sous Vide í það. Stilltu á 155 F. Tæmdu kjúklinginn og sláðu þar til hann er fínmalaður. Skerið síðan í tvennt og kryddið með salti og pipar. Dreifið 2 msk af rjómaosti ofan á og bætið ristuðum rauðum pipar og rucola út í.

Rúllaðu bringunni eins og sushi og settu 3 lög af prosciutto og rúllaðu bringunni. Settu í lofttæmandi lokanlegan poka. Losaðu loftið með því að kreista út vatnið, lokaðu og sökktu í vatnsbað.

Eldið í 90 mínútur. Eftir að tímamælirinn hættir skaltu taka kjúklinginn úr pokanum og elda hann. Skerið smátt og berið fram.

Myntu salat með kjúklingi og baunum

Undirbúningur + eldunartími: 1 klukkustund og 30 mínútur | Skammtar: 2

Hráefni

6 beinlaus kjúklingabringur

4 matskeiðar af ólífuolíu

Salt og svartur pipar eftir smekk

2 bollar af hvítuðum ertum

1 bolli mynta, nýrifin

½ bolli mulinn queso fresco ostur

1 matskeið af nýkreistum sítrónusafa

2 teskeiðar af hunangi

2 tsk af rauðvínsediki

Leiðbeiningar

Útbúið vatnsbað og setjið Sous Vide í það. Stilltu á 138F.

Setjið kjúklinginn með ólífuolíu í endurlokanlegan poka. Saltið og piprið. Losaðu loftið með því að kreista út vatnið, lokaðu og dýfðu pokanum í vatnsbað. Eldið í 75 mínútur.

Blandið saman baunum, queso fresco og myntu í skál. Blandið saman sítrónusafa, vínediki, hunangi og 2 matskeiðar af ólífuolíu. Saltið og piprið.

Þegar það er tilbúið skaltu taka kjúklinginn út og skera hann í bita. Fargið matreiðsluvökva. Berið fram.

Kjúklingur með kryddjurtum og sveppasósu

Undirbúningur + eldunartími: 4 klukkustundir og 15 mínútur | Skammtar: 2

Hráefni

Fyrir kjúklinginn

2 roð- og beinlausar kjúklingabringur

Saltið eftir smekk

1 matskeið af dilli

1 matskeið af túrmerik

1 teskeið af jurtaolíu

Fyrir sósuna

3 saxaðir skalottlaukar

2 saxaðir hvítlauksgeirar

1 teskeið af ólífuolíu

2 matskeiðar af smjöri

1 bolli af sneiðum sveppum

2 matskeiðar af púrtvíni

½ bolli kjúklingakraftur

1 bolli geitaostur

¼ tsk malaður svartur pipar

Leiðbeiningar

Útbúið vatnsbað og setjið Sous Vide í það. Stilltu á 138 F. Settu kjúklinginn kryddaðan með salti og pipar í lofttæmandi lokanlegan poka. Losaðu loftið með því að kreista út vatnið, lokaðu og dýfðu pokanum í vatnsbað. Eldið í 4 klst.

Eftir að tímamælirinn hættir skaltu fjarlægja pokann og flytja hann yfir í ísbaðið. Látið það kólna og þorna. Setja til hliðar. Hitið olíuna á pönnu við háan hita, bætið skalottlaukunum út í og eldið í 2-3 mínútur. Bætið smjöri, dilli, túrmerik og hvítlauk út í, eldið í 1 mínútu í viðbót. Bætið við sveppum, víni og soði. Eldið í 2 mínútur og hellið síðan rjómanum út í. Haltu áfram að elda þar til sósan þykknar. Saltið og piprið. Hitið grillið þar til það er reykt. Penslið kjúklinginn með olíu og steikið í 1 mínútu á hvorri hlið. Hellið sósunni yfir.

Stökksteiktur kjúklingur

Undirbúningur + eldunartími: 2 klst | Skammtar: 4

Hráefni

8 kjúklingalundir
Salt og svartur pipar eftir smekk

Fyrir blauta blöndu

2 bollar af sojamjólk
1 matskeið af sítrónusafa

Fyrir þurrblöndu

1 bolli af hveiti
1 bolli af hrísgrjónamjöli
½ bolli maíssterkju
2 skeiðar af papriku
1 matskeið af engifer
Salt og svartur pipar eftir smekk

Leiðbeiningar

Útbúið vatnsbað og setjið Sous Vide í það. Stilltu á 154 F. Settu kjúklinginn kryddaðan með pipar og salti í lofttæmandi lokanlegan poka. Losaðu loftið með því að kreista út vatnið, lokaðu og sökktu í vatnsbað. Eldið í 1 klst.

Eftir að tímamælirinn hættir skaltu fjarlægja pokann. Látið kólna í 15 mínútur. Hitið pönnu með olíu í 400-425 F. Blandið sojamjólkinni og sítrónusafanum saman í skál til að gera blauta blöndu. Í annarri skál, þeytið próteinhveiti, hrísgrjónamjöl, maíssterkju, engifer, papriku, salt og malaða papriku til að fá þurra blöndu.

Dýfðu kjúklingnum í þurru blönduna og síðan í blautu blönduna. Endurtaktu 2-3 sinnum í viðbót. Sett í bökunargrind. Endurtaktu ferlið þar til kjúklingurinn er tilbúinn. Steikið kjúklinginn í 3-4 mínútur. Setjið til hliðar, látið kólna í 10-15 mínútur. Toppið með sítrónusneiðum og sósu.

Grænt kjúklingasalat með möndlum

Undirbúningur + eldunartími: 95 mínútur | Skammtar: 2

Hráefni

2 kjúklingabringur, roðlausar

Salt og svartur pipar eftir smekk

1 bolli af möndlum

1 matskeið af ólífuolíu

2 skeiðar af sykri

4 rauð chili, þunnar sneiðar

1 hvítlauksgeiri, afhýddur

3 matskeiðar af fiskisósu

2 tsk af nýkreistum limesafa

1 bolli saxað kóríander

1 vorlaukur, þunnt skorinn

1 sítrónugrasstöngull, aðeins hvítur hluti, skorinn í sneiðar

1 2 tommu stykki engifer, niðurskorið

Leiðbeiningar

Útbúið vatnsbað og setjið Sous Vide í það. Stilltu á 138 F. Settu kjúklinginn kryddaðan með salti og pipar í lofttæmandi lokanlegan poka. Losaðu loftið með því að kreista út vatnið, lokaðu og dýfðu pokanum í vatnsbað. Eldið í 75 mínútur.

Eftir 60 mínútur skaltu hita ólífuolíuna í potti í 350 F. Ristaðu möndlurnar í 1 mínútu þar til þær eru þurrar. Blandið sykri, hvítlauk og chili saman við. Hellið fiskisósunni og limesafanum út í.

Þegar það er tilbúið skaltu fjarlægja pokann og láta hann kólna. Skerið kjúklinginn í bita og setjið í skál. Hellið dressingunni yfir og blandið vel saman. Bætið við kóríander, engifer, sítrónugrasi og ristuðum möndlum. Skreytið með chili og berið fram.

Mjólk kókos kjúklingur

Undirbúningur + eldunartími: 75 mínútur | Skammtar: 2

Hráefni

2 kjúklingabringur
4 matskeiðar af kókosmjólk
Salt og svartur pipar eftir smekk

Fyrir sósuna
4 matskeiðar af satay sósu
2 matskeiðar af kókosmjólk
Smá tamari sósa

Leiðbeiningar

Útbúið vatnsbað og setjið Sous Vide í það. Stilltu á 138F.

Setjið kjúklinginn í afturlokanlegan poka og kryddið með salti og pipar. Bætið við 4 matskeiðum af mjólk. Losaðu loftið með því að kreista út vatnið, lokaðu og dýfðu pokanum í vatnsbað. Eldið í 60 mínútur.

Eftir að tímamælirinn hættir skaltu fjarlægja pokann. Blandið saman hráefninu fyrir sósuna og örbylgjuofn í 30 sekúndur. Skerið kjúklinginn í sneiðar. Berið fram á disk og setjið sósu yfir.

Beikon- og kjúklingaréttur í rómverskum stíl

Undirbúningur + eldunartími: 1 klukkustund 40 mínútur | Skammtar: 4

Hráefni

4 litlar kjúklingabringur, bein- og roðlausar
8 salvíublöð
4 bitar af þunnt sneiðum beikoni
Svartur pipar eftir smekk
1 matskeið af ólífuolíu
2 oz rifinn fontina ostur

Leiðbeiningar

Útbúið vatnsbað og setjið Sous Vide í það. Stillið á 146 F. Kryddið kjúklinginn með salti og pipar. Setjið 2 salvíublöð og 1 beikonsneið ofan á. Settu þau í poka sem hægt er að lofttæma. Losaðu loftið með því að kreista út vatnið, lokaðu og dýfðu pokanum í vatnsbað. Eldið í 90 mínútur.

Eftir að tímamælirinn hættir skaltu fjarlægja pokann og þurrka hann. Hitið olíuna á pönnu við háan hita og steikið kjúklinginn í 1 mínútu. Snúið kjúklingnum við og stráið 1 matskeið af fontina osti yfir. Lokið pönnunni og látið ostinn bráðna. Berið kjúklinginn fram á disk og skreytið með salvíulaufum.

Kirsuberjatómatar, avókadó og kjúklingasalat

Undirbúningur + eldunartími: 1 klukkustund og 30 mínútur | Skammtar: 2

Hráefni

1 kjúklingabringa

1 avókadó, skorið í sneiðar

10 stykki af hálfum kirsuberjatómötum

2 bollar saxað salat

2 matskeiðar af ólífuolíu

1 matskeið af lime safa

1 hvítlauksgeiri, pressaður

Salt og svartur pipar eftir smekk

2 teskeiðar af hlynsírópi

Leiðbeiningar

Útbúið vatnsbað og setjið Sous Vide í það. Stilltu á 138 F. Settu kjúklinginn í lofttæmilokanlegan poka. Saltið og piprið. Losaðu loftið með því að kreista út vatnið, lokaðu og dýfðu pokanum í vatnsbað. Eldið í 75 mínútur.

Eftir að tímamælirinn hættir skaltu fjarlægja kjúklinginn. Hitið olíuna á pönnu við meðalhita. Steikið bringuna í 30 sekúndur og skerið í sneiðar. Blandið hvítlauk, limesafa, hlynsírópi og ólífuolíu saman í skál. Bæta við salati, kirsuberjatómötum og avókadó. Blandið vel saman. Setjið salatið á disk og setjið kjúklinginn ofan á.

Chili kjúklingur

Undirbúningur + eldunartími: 2 klukkustundir og 15 mínútur | Skammtar: 2

Hráefni

4 kjúklingalundir

2 matskeiðar af ólífuolíu

Salt og svartur pipar eftir smekk

1 hvítlauksgeiri, pressaður

3 matskeiðar af fiskisósu

¼ bolli lime safi

1 matskeið af sykri

3 matskeiðar af saxaðri basil

3 matskeiðar saxað kóríander

2 rauð chili (frælaus), saxaður

1 matskeið af sweet chili sósu

1 matskeið af grænni chilisósu

Leiðbeiningar

Útbúið vatnsbað og setjið Sous Vide í það. Stillið á 149 F. Vefjið kjúklingnum inn í matarfilmu og látið kólna. Setjið í tómarúmpoka með ólífuolíu, salti og pipar. Losaðu loftið með því að kreista út vatnið, lokaðu og dýfðu pokanum í vatnsbað. Eldið í 2 klst.

Eftir að tímamælirinn hættir skaltu taka kjúklinginn út og saxa hann í 4-5 bita. Hitið jurtaolíu á pönnu yfir miðlungshita og steikið þar til hún verður stökk. Blandið öllu hráefninu í dressinguna í skál og setjið til hliðar. Berið kjúklinginn fram, saltið og hellið dressingunni yfir.

Kjúklingavængir með hunangsbragði

Undirbúningur + eldunartími: 135 mínútur | Skammtar: 2

Hráefni

¾ teskeið af sojasósu

¾ teskeið af hrísgrjónavíni

¾ teskeið af hunangi

¼ teskeið fimm krydd

6 kjúklingavængir

½ tommu ferskt engifer

½ tommu malað mace

1 hvítlauksgeiri, saxaður

Niðurskorinn laukur til að bera fram

Leiðbeiningar

Útbúið vatnsbað og setjið Sous Vide í það. Stillt á 160F.

Blandið sojasósu, hrísgrjónavíni, hunangi og fimm kryddum saman í skál. Settu kjúklingavængina og hvítlaukinn í lofttæmanlegan poka. Losaðu loftið með því að kreista út vatnið, lokaðu og dýfðu pokanum í vatnsbað. Eldið í 2 klst.

Eftir að tímamælirinn hættir skaltu fjarlægja vængina og flytja þá yfir á ofnplötu. Bakið í ofni í 5 mínútur við 380 F. Berið fram á fati og skreytið með sneiðum lauk.

Grænt kjúklingakarrý með núðlum

Undirbúningur + eldunartími: 3 klst | Skammtar: 2

Hráefni

1 kjúklingabringa, bein og roðlaus
Salt og svartur pipar eftir smekk
1 dós (13,5 oz) kókosmjólk
2 matskeiðar af grænu karrýmauki
1¾ bollar kjúklingakraftur
1 bolli shiitake sveppir
5 kaffir lime lauf, skorin í tvennt
2 matskeiðar af fiskisósu
1½ matskeið af sykri
½ bolli taílensk basilíkublöð, grófsöxuð
2 oz hreiður af soðnum eggjanúðlum
1 bolli kóríander, gróft saxað
1 bolli baunaspíra
2 matskeiðar af steiktum núðlum
2 rauð chili, saxaður gróft

Leiðbeiningar

Útbúið vatnsbað og setjið Sous Vide í það. Stillið á 138 F. Kryddið kjúklinginn með salti og pipar. Settu það í lofttæmandi lokanlegan poka. Losaðu loftið með því að kreista út vatnið, lokaðu og dýfðu pokanum í vatnsbað. Eldið í 90 mínútur.

Eftir 35 mínútur, hitið pottinn yfir meðalhita og hrærið græna karrýmaukinu og helmingnum af kókosmjólkinni saman við. Eldið í 5-10 mínútur þar til kókosmjólkin er farin að þykkna. Bætið kjúklingakraftinum saman við og restina af kókosmjólkinni. Eldið í 15 mínútur.

Lækkið hitann og bætið við kaffir lime laufum, shiitake sveppum, sykri og fiskisósu. Eldið í að minnsta kosti 10 mínútur. Takið af hitanum og bætið basil.

Eftir að tímamælirinn stöðvast skaltu fjarlægja pokann og láta hann kólna í 5 mínútur og síðan skera í litlar sneiðar. Berið fram í súpuskál með karrýsósu, soðnum núðlum og kjúklingi. Toppið með baunaspírum, kóríander, chili og steiktum núðlum.

Pestó kjúklingabitar með avókadó

Undirbúningur + eldunartími: 1 klukkustund 40 mínútur | Skammtar: 2

Hráefni

1 kjúklingabringa, beinlaus, roðlaus, með fiðrildum

Salt og svartur pipar eftir smekk

1 matskeið af salvíu

3 matskeiðar af ólífuolíu

1 matskeið af pestó

1 kúrbít, skorinn í sneiðar

1 avókadó

1 bolli af ferskum basilblöðum

Leiðbeiningar

Útbúið vatnsbað og setjið Sous Vide í það. Stilltu á 138F.

Berið kjúklingabringuna þunnt. Kryddið með salvíu, pipar og salti. Settu í lofttæmandi lokanlegan poka. Bætið 1 matskeið af olíu og pestói út í. Losaðu loftið með því að kreista út vatnið, lokaðu og dýfðu pokanum í vatnsbað. Eldið í 75 mínútur. Eftir 60 mínútur skaltu hita 1 matskeið af ólífuolíu á pönnu við háan hita, bæta við kúrbít og ¼ bolla af vatni. Eldið þar til vatnið gufar upp. Eftir að tímamælirinn hættir skaltu fjarlægja kjúklinginn.

Hitið afganginn af ólífuolíu á pönnu við meðalhita og eldið kjúklinginn í 2 mínútur á hvorri hlið. Setjið til hliðar og látið kólna. Skerið kjúklinginn í litla bita sem og kúrbítinn. Skerið líka avókadóið í sneiðar. Berið kjúklinginn fram með avókadósneiðum ofan á. Skreytið með kúrbítsneiðum og basil.

Kjúklingakúlur með osti

Undirbúningur + eldunartími: 1 klukkustund og 15 mínútur | Skammtar: 6

Hráefni

1 pund malaður kjúklingur

2 matskeiðar af lauk, smátt saxað

¼ teskeið af hvítlauksdufti

Salt og svartur pipar eftir smekk

2 matskeiðar af brauðrasp

1 egg

32 litlir teningur af mozzarellaosti

1 matskeið af smjöri

3 matskeiðar af panko

½ bolli tómatsósa

½ oz rifinn Pecorino Romano ostur

Hakkað steinselja

Leiðbeiningar

Útbúið vatnsbað og setjið Sous Vide í það. Stilltu á 146 F. Í skál, sameina kjúkling, lauk, salt, hvítlauksduft, pipar og kryddaða brauðmylsnu. Bætið egginu út í og blandið vel saman. Mótið 32 meðalstórar kúlur og fyllið með ostteningi, þannig að blandan þeki ostinn vel.

Settu kúlurnar í lofttæmandi poka og láttu þær kólna í 20 mínútur. Slepptu síðan loftinu með því að kreista út vatnið, lokaðu og dýfðu pokanum í vatnsbað. Eldið í 45 mínútur.

Eftir að tímamælirinn hættir skaltu fjarlægja kúlurnar. Bræðið smjörið á pönnu við háan hita og bætið panko saman við. Eldið þar til það er ristað. Eldið líka tómatsósuna. Setjið kúlurnar í framreiðslumót og hellið tómatsósu yfir þær. Toppið með panko og osti. Skreytið með steinselju.

Kalkúnaborgarar með osti

Undirbúningur + eldunartími: 1 klukkustund 45 mínútur | Skammtar: 6

Hráefni

6 teskeiðar af ólífuolíu

1½ pund malaður kalkúnn

16 kex, mulið

2½ matskeiðar af saxaðri ferskri steinselju

2 matskeiðar af saxaðri ferskri basil

½ matskeið Worcestershire sósa

½ matskeið af sojasósu

½ teskeið af hvítlauksdufti

1 egg

6 kökur, ristaðar

6 sneiðar af tómötum

6 blöð af romaine salati

6 sneiðar af Monterey Jack osti

Leiðbeiningar

Útbúið vatnsbað og setjið Sous Vide í það. Stilltu á 148 F. Sameina kalkún, kex, steinselju, basil, sojasósu og hvítlauksduft. Bætið egginu saman við og blandið saman með höndunum.

Mótið 6 bökunarbollur með blöndunni í bökunarplötu með vaxbökuðum pipar og raðið þeim saman. Lokið og setjið í kæli

Taktu hamborgarana úr ísskápnum og settu þá í þrjá endurlokanlega poka. Losaðu loftið með því að kreista vatnið úr, lokaðu og dýfðu pokunum í vatnsbað. Eldið í 1 klukkustund og 15 mínútur.

Eftir að tímamælirinn stöðvast, fjarlægðu kökurnar. Fargið matreiðslusafanum.

Hitið ólífuolíuna á pönnu við háan hita og setjið hamborgarana. Steikið í 45 sekúndur á hlið. Setjið kjötbollurnar yfir bakaðar bollur. Setjið tómata, salat og ost ofan á. Berið fram.

Kalkúnn fylltur með beikoni og valhnetum vafinn inn í skinku

Undirbúningur + eldunartími: 3 klukkustundir 45 mínútur | Skammtar: 6

Hráefni

1 hvítlaukur, saxaður

3 matskeiðar af smjöri

1 bolli hægeldað beikon

4 matskeiðar af furuhnetum

2 matskeiðar af söxuðu timjan

4 hvítlauksrif, söxuð

Börkur af 2 sítrónum

4 matskeiðar af saxaðri steinselju

¾ bolli brauðrasp

1 egg, þeytt

4 punda beinlaus kalkúnabringa, fiðrildi

Salt og svartur pipar eftir smekk

16 skinkusneiðar

Leiðbeiningar

Útbúið vatnsbað og setjið Sous Vide í það. Stillt á 146F.

Hitið 2 matskeiðar af smjöri á pönnu við meðalhita og steikið laukinn í 10 mínútur þar til hann er mjúkur. Setja til hliðar. Bætið beikoninu á sömu pönnu og eldið í 5 mínútur þar til það er gullbrúnt. Hrærið furuhnetum, timjani, hvítlauk og sítrónubörk saman við og eldið í 2 mínútur í viðbót. Bætið steinselju saman við og blandið saman. Setjið laukinn aftur á pönnuna, blandið brauðraspinu og egginu saman við.

Fjarlægðu kalkúninn og hyldu hann með plastfilmu. Þeytið það að þykkt með kjöthamra. Setjið skinkuna í álpappír. Leggið kalkúninn ofan á skinkuna og brjótið miðjuna niður til að mynda ræma. Rúllaðu kalkúnnum þétt frá hlið til hliðar þar til hann er alveg vafinn. Hyljið með plastfilmu og setjið í lofttæmandi poka. Losaðu loftið með því að kreista út vatnið, lokaðu og dýfðu pokanum í vatnsbað. Eldið í 3 klst.

Eftir að tímamælirinn hættir skaltu fjarlægja kalkúninn og farga plastinu. Hitið afganginn af smjörinu á pönnu við miðlungshita og bætið bringunum út í. Steikið skinkuna í 45 sekúndur á hvorri hlið. Rúllaðu kalkúnnum upp og steiktu í 2-3 mínútur í viðbót. Skerið bringuna í medalíur og berið fram.

Caesar salat tortilla rúllur með kalkún

Undirbúningur + eldunartími: 1 klukkustund 40 mínútur | Skammtar: 4

Hráefni

2 hvítlauksrif, söxuð

2 skinn- og beinlausar kalkúnabringur

Salt og svartur pipar eftir smekk

1 bolli majónesi

2 matskeiðar af nýkreistum sítrónusafa

1 tsk af ansjósumauki

1 tsk af Dijon sinnepi

1 teskeið af sojasósu

4 bollar iceberg salat

4 tortillur

Leiðbeiningar

Útbúið vatnsbað og setjið Sous Vide í það. Stillið á 152 F. Kryddið kalkúnabringur með salti og pipar og setjið í lofttæmandi lokanlegan poka. Losaðu loftið með því að kreista út vatnið, lokaðu og dýfðu pokanum í vatnsbað. Eldið í 1 klukkustund og 30 mínútur.

Blandið majónesi, hvítlauk, sítrónusafa, ansjósemauki, sinnepi, sojasósu og afganginum af salti og pipar saman við. Látið standa í kæli. Eftir að tímamælirinn hættir skaltu fjarlægja kalkúninn og þurrka hann. Skerið kalkúninn. Blandið græna salatinu saman við köldu dressinguna. Hellið fjórðungi af kalkúnablöndunni í hverja tortillu og brjótið saman. Skerið í tvennt og berið fram með dressingu.

Salvía kalkúnarúlla

Undirbúningur + eldunartími: 5 klukkustundir 15 mínútur | Skammtar: 6

Hráefni:

3 matskeiðar af ólífuolíu
2 litlir gulir laukar skornir í teninga
2 sellerístilkar, skornir í teninga
3 matskeiðar af möluðum salvíu
Börkur og safi úr 2 sítrónum

3 bollar kalkúnafyllingarblöndu
2 bollar af kalkúna- eða kjúklingakrafti
5 pund af hálfum kalkúnabringum

Leiðbeiningar:

Setjið pönnuna á meðalhita, bætið við ólífuolíu, lauk og sellerí. Látið malla í 2 mínútur. Bætið sítrónusafanum, börkinum og salvíunni saman við þar til sítrónusafinn hefur minnkað.

Hellið fyllingarblöndunni í skál og bætið soðnu salvíublöndunni saman við. Blandið saman með höndunum. Bætið soðinu saman við, blandið með höndunum þar til innihaldsefnin eru vel sameinuð og rennandi. Fjarlægðu hýðið varlega af kalkúnnum og leggðu það á plastfilmu. Fjarlægðu bein og fargaðu.

Leggðu kalkúnabringuna niður og settu annað lag af plastfilmu yfir kalkúnabringuna. Flettu það út í 1 tommu þykkt með kökukefli. Fjarlægðu plastfilmuna að ofan og dreifðu fyllingunni yfir útflatta kalkúninn og skildu eftir ½ tommu bil í kringum brúnirnar.

Byrjið á mjóu hliðinni, rúllið kalkúnnum upp eins og deigrúllu og setjið aukahýðið ofan á kalkúninn. Festið rúlluna með sláturnöri. Pakkið kalkúnarúllunni inn í plastfilmu og snúið endunum til að festa rúlluna, sem ætti að mynda þéttan strokk.

Settu rúlluna í poka sem hægt er að lofttæma, slepptu loftinu og lokaðu pokanum. Sett í kæliskáp í 40 mínútur. Búðu til vatnsbað, settu Sous Vide í það og stilltu það á 155 F. Settu kalkúnarúlluna í vatnsbaðið og stilltu tímamælirinn í 4 klukkustundir.

Eftir að tímamælirinn hættir skaltu fjarlægja pokann og opna hann. Forhitaðu ofninn í 400 F, fjarlægðu plastfilmuna af kalkúnnum og settu hann á bökunarplötu með húðhliðinni upp. Bakið í 15 mínútur. Skerið í hringa. Berið fram með rjómalöguðu sósu og lágkolvetna gufusoðnu grænmeti.

Timjan kalkúnabringa

Undirbúningur + eldunartími: 3 klukkustundir 15 mínútur | Skammtar: 6

Hráefni

1 helmingur af kalkúnabringu, bein- og húðlaus

1 matskeið af ólífuolíu

1 matskeið af hvítlaukssalti

1 matskeið af timjan

1 tsk af svörtum pipar

Leiðbeiningar

Útbúið vatnsbað og setjið Sous Vide í það. Stillt á 146F.

Blandið saman kalkúnabringunni, hvítlauknum, timjaninu, salti og pipar. Settu það í lofttæmandi lokanlegan poka. Losaðu loftið með því að kreista út vatnið, lokaðu og dýfðu pokanum í vatnsbað. Eldið í 4 klst.

Eftir að tímamælirinn hættir skaltu fjarlægja pokann og þurrka hann með ofnplötu. Hitið járnpönnu yfir háum hita og steikið í 5 mínútur þar til þær eru gullinbrúnar.

Hamborgarar með kalkúnakjötbollum með pestói

Undirbúningur + eldunartími: 80 mínútur | Skammtar: 4

Hráefni

1 pund malaður kalkúnn

3 vorlaukar, smátt saxaðir

1 stórt egg, þeytt

1 matskeið af brauðrasp

1 tsk af þurrkuðu oregano

1 matskeið af timjan

Salt og svartur pipar eftir smekk

½ bolli pestó (auk 2 tsk aukalega)

2 oz mozzarella ostur, rifinn í bita

4 stórar hamborgarabollur

Leiðbeiningar

Útbúið vatnsbað og setjið Sous Vide í það. Stilltu á 146 F. Í skál skaltu sameina kalkún, egg, brauðmylsnu, lauk, timjan og oregano. Saltið og piprið. Blandið vel saman. Búðu til að minnsta kosti 8 kúlur og búðu til gat í miðjuna með þumalfingri. Toppið hvern með 1/4 msk pestó og 1/4 oz mozzarellaosti. Gakktu úr skugga um að kjötið hylji fyllinguna.

Settu það í lofttæmandi lokanlegan poka. Losaðu loftið með því að kreista út vatnið, lokaðu og dýfðu pokanum í vatnsbað. Eldið í 60 mínútur. Eftir að tímamælirinn hættir skaltu taka kúlurnar út og þurrka þær með bökunarpappír. Hitið pönnu yfir meðalhita og eldið 1/2 bolla af pestóinu. Bætið kjötbollunum út í og blandið vel saman. Setjið 2 kjötbollur í hverja hamborgarabollu.

Kalkúnabringa með valhnetum

Undirbúningur + eldunartími: 2 klukkustundir og 15 mínútur | Skammtar: 6

Hráefni:

2 pund kalkúnabringur, þunnar sneiðar

1 matskeið af sítrónuberki

1 bolli pekanhnetur, smátt saxaðar

1 matskeið af timjan, smátt saxað

2 pressuð hvítlauksrif

2 matskeiðar af ferskri steinselju, smátt saxað

3 bollar af kjúklingasoði

3 matskeiðar af ólífuolíu

Leiðbeiningar:

Skolið kjötið undir köldu rennandi vatni og látið renna af í sigti. Nuddið með sítrónuberki og setjið yfir í stóran endurlokanlegan poka ásamt kjúklingasoðinu. Eldið en Sous Vide í 2 klukkustundir við 149 F. Takið úr vatnsbaði og setjið til hliðar.

Hitið ólífuolíuna á meðalstórri pönnu og bætið hvítlauk, pekanhnetum og timjan út í. Blandið vel saman og eldið í 4-5 mínútur. Að lokum er kjúklingabringunum bætt út á pönnuna og steikt stutt á báðum hliðum. Berið fram strax.

Kryddaður kalkúnaréttur

Undirbúningur + eldunartími: 14 klukkustundir 15 mínútur | Skammtar: 4

Hráefni

1 kalkúndrompa
1 matskeið af ólífuolíu
1 matskeið af hvítlaukssalti
1 tsk af svörtum pipar
3 timjangreinar
1 matskeið af rósmarín

Leiðbeiningar

Útbúið vatnsbað og setjið Sous Vide í það. Stillið á 146 F. Kryddið kalkúninn með hvítlauk, salti og pipar. Settu það í lofttæmandi lokanlegan poka.

Losaðu loftið með því að nota vatnspressuaðferðina, lokaðu og dýfðu pokanum í baðið. Eldið í 14 klst. Þegar því er lokið skaltu fjarlægja handleggina og þurrka.

Kalkúnn í appelsínusósu

Undirbúningur + eldunartími: 75 mínútur | Skammtar: 2

Hráefni:

1 pund kalkúnabringa, húðlaus og beinlaus
1 matskeið af smjöri
3 matskeiðar af ferskum appelsínusafa
½ bolli kjúklingakraftur
1 tsk af cayenne pipar
Salt og svartur pipar eftir smekk

Leiðbeiningar:

Skolaðu kalkúnabringurnar undir köldu rennandi vatni og þurrkaðu þær. Setja til hliðar.

Blandið saman appelsínusafa, kjúklingakrafti, cayennepipar, salti og pipar í meðalstórri skál. Blandið vel saman og setjið kjötið í þessa marineringu. Sett í kæliskáp í 20 mínútur.

Setjið nú kjötið ásamt marineringunni í stóran lofttæmanlegan poka og eldið en Sous Vide í 40 mínútur við 122F.

Bræðið smjörið á meðalstórri pönnu við háan hita. Takið kjötið úr pokanum og bætið í pottinn. Steikið í 2 mínútur og takið af hitanum.

Kalkúnabollur með timjan og rósmarín

Undirbúningur + eldunartími: 8 klukkustundir 30 mínútur | Skammtar: 4

Hráefni

5 teskeiðar af smjöri, brætt

10 hvítlaukar, saxaðir

2 matskeiðar af þurrkuðu rósmaríni

1 matskeið kúmen

1 matskeið af timjan

2 kalkúnafætur

Leiðbeiningar

Útbúið vatnsbað og setjið Sous Vide í það. Stilltu á 134F.

Blandið saman hvítlauk, rósmaríni, kúmeni, timjani og smjöri. Nuddaðu blöndunni yfir kalkúninn.

Settu kalkúninn í endurlokanlegan poka. Losaðu loftið með því að kreista út vatnið, lokaðu og dýfðu pokanum í vatnsbað. Eldið í 8 klst

Eftir að tímamælirinn hættir skaltu fjarlægja kalkúninn. Geymið safana til eldunar. Hitið grillið á háum hita og setjið kalkúninn á það. Stráið matreiðslusafa yfir. Snúið við og stráið aðeins meiri safa yfir. Setjið til hliðar og látið kólna. Berið fram.

Kalkúnabringa með negul

Undirbúningur + eldunartími: 1 klukkustund 45 mínútur | Skammtar: 6

Hráefni:

2 pund kalkúnabringur, skornar í sneiðar
2 hvítlauksrif, söxuð
1 bolli af ólífuolíu
2 matskeiðar af Dijon sinnepi
2 matskeiðar af sítrónusafa
1 tsk af fersku rósmarín, smátt saxað
1 tsk negull, söxuð
Salt og svartur pipar eftir smekk

Leiðbeiningar:

Blandið ólífuolíu saman við sinnep, sítrónusafa, hvítlauk, rósmarín, negul, salti og pipar í stóra skál. Blandið þar til það hefur blandast vel saman og bætið kalkúnsneiðunum út í. Leggið í bleyti og kælið í 30 mínútur áður en það er eldað.

Takið úr kæli og setjið í 2 lofttæmislokanlega poka. Lokaðu pokunum og eldaðu en Sous Vide í eina klukkustund við 149 F. Taktu úr vatnsbaðinu og berðu fram.

Dill og rósmarín kalkúnabringur

Undirbúningur + eldunartími: 1 klukkustund 50 mínútur | Skammtar: 2

Hráefni

1 pund beinlaus kalkúnabringa

Salt og svartur pipar eftir smekk

3 greinar af fersku dilli

1 grein af fersku rósmarín, saxað

1 lárviðarlauf

Leiðbeiningar

Útbúið vatnsbað og setjið Sous Vide í það. Stillt á 146F.

Hitið pönnuna á meðalhita, setjið kalkúninn og steikið í 5 mínútur. Sparaðu fituna. Saltið og piprið kalkúninn. Setjið kalkún, dill, rósmarín, lárviðarlauf og frátekna fitu í lofttæmislokanlegan poka. Losaðu loftið með því að kreista út vatnið, lokaðu og dýfðu pokanum í vatnsbað. Eldið í 1 klukkustund og 30 mínútur.

Hitið pönnu við háan hita. Eftir að tímamælirinn hættir skaltu fjarlægja kalkúninn og flytja hann á pönnuna. Steikið í 5 mínútur.

Steikt sæt önd

Undirbúningur + eldunartími: 3 klukkustundir 55 mínútur | Skammtar: 4

Hráefni

6 oz beinlaus andabringa

¼ teskeið af kanil

¼ teskeið af reyktri papriku

¼ tsk cayenne pipar

1 matskeið af timjan

1 teskeið af hunangi

Salt og svartur pipar eftir smekk

Leiðbeiningar

Útbúið vatnsbað og setjið Sous Vide í það. Stilltu á 134 F. Þurrkaðu andabringurnar á ofnplötu og fjarlægðu húðina, passaðu að skera ekki kjötið. Bætið salti við.

Hitið pönnu við háan hita. Bakið öndina í 3-4 mínútur. Fjarlægðu og settu til hliðar.

Blandið papriku, timjan, cayenne pipar og kanil saman í skál, blandið vel saman. Við marinerum andabringuna með blöndunni. Settu í lofttæmandi lokanlegan poka. Bætið við 1 matskeið af hunangi. Losaðu loftið með því að kreista út vatnið, lokaðu og dýfðu pokanum í vatnsbað. Eldið í 3 klukkustundir og 30 mínútur.

Eftir að tímamælirinn hættir skaltu fjarlægja pokann og þurrka hann. Hitið pönnuna yfir háum hita og steikið öndina í 2 mínútur. Snúið því við og eldið í 30 sekúndur í viðbót. Látið kólna og berið fram.

Duck Breas t

Undirbúningur + eldunartími: 2 klukkustundir 10 mínútur | Skammtar: 3

Hráefni:

3 (6 oz) andabringur, húð á
3 tsk af timjanlaufum
2 teskeiðar af ólífuolíu
Salt og svartur pipar eftir smekk

Hráefni:

Búðu til þverlengjur á bringuna án þess að skera í kjötið. Saltið hýðið og kjöthliðina með timjan, pipar og salti. Setjið andabringurnar í 3 aðskilda endurlokanlega poka. Slepptu loftinu og lokaðu pokunum. Sett í kæliskáp í 1 klst.

Búðu til vatnsbað, settu Sous Vide í það og stilltu það á 135 F. Fjarlægðu pokana úr kæliskápnum og sökktu í vatnsbaðið. Stilltu teljarann á 1 klst.

Eftir að tímamælirinn hættir skaltu fjarlægja og opna töskurnar. Setjið pönnuna á meðalhita, bætið við ólífuolíu. Þegar hún er orðin heit er öndinni bætt út í og steikt þar til hýðið er mjúkt og kjötið gullbrúnt. Takið út og látið standa í 3 mínútur og skerið síðan í sneiðar. Berið fram.

Appelsínugult gæs Confit

Undirbúningur + eldunartími: 12 klukkustundir 7 mínútur + kælitími | Skammtar: 6

Hráefni

3 lárviðarlauf
6 gæsastangir
10 teskeiðar af salti
6 mulin hvítlauksrif
1 grein af fersku rósmarín, án stilks
1½ bolli gæsafita
1 tsk piparkorn
Börkur af 1 appelsínu

Leiðbeiningar

Skerið gæsastönglana með hvítlauk, salti, pipar og rósmarín. Lokið og kælið í 12 til 24 klukkustundir. Útbúið vatnsbað og setjið Sous Vide í það. Stilltu á 172 F. Taktu gæsina úr kæliskápnum og þurrkaðu hana með eldhúsþurrku.

Setjið gæsina, gæsafiti, lárviðarlauf, piparkorn og appelsínubörkur í endurlokanlegan poka. Losaðu loftið með því að kreista út vatnið, lokaðu og dýfðu pokanum í vatnsbað. Eldið í 12 klst.

Eftir að tímamælirinn hættir skaltu taka gæsina úr pokanum og hreinsa af umframfituna. Hitið pönnu yfir háum hita og eldið gæsina í 5-7 mínútur þar til hún er orðin stökk.

Rækjupasta með sítrónu og osti

Undirbúningur + eldunartími: 55 mínútur | Skammtar: 4

Hráefni

2 bollar saxaður svissneskur Chard

6 matskeiðar af smjöri

½ bolli parmesanostur

2 hvítlauksrif, söxuð

1 sítróna, afhýdd og safi

1 matskeið af ferskri basil, saxað

Salt og svartur pipar eftir smekk

1 tsk af rauðum piparflögum

1½ pund rækja, hreinsuð, með hala á

8 oz að eigin vali af pasta

Leiðbeiningar

Útbúið vatnsbað og setjið Sous Vide í það. Stillt á 137F.

Hitið pott yfir miðlungsháum hita og blandið saman smjöri, svissneska koli, 1/4 bolli Pecorino Romano osti, hvítlauk, sítrónuberki og safa, basil, salti, svörtum pipar og rauðum piparflögum. Eldið í 5 mínútur þar til smjörið bráðnar. Setja til hliðar.

Setjið rækjurnar í endurlokanlegan poka og hellið sítrónublöndunni út í. Hristið vel. Losaðu loftið með því að kreista út vatnið, lokaðu og dýfðu pokanum í vatnsbað. Eldið í 30 mínútur.

Á meðan er pastað soðið samkvæmt leiðbeiningum á umbúðum. Tæmdu það og settu það í pott. Eftir að tímamælirinn hættir skaltu fjarlægja pokann og flytja hann yfir í pastaskálina. Eldið í 3-4 mínútur. Toppið með afganginum af pecorino ostinum og berið fram.

Lúða með sætu sherry og miso gljáa

Undirbúningur + eldunartími: 50 mínútur | Skammtar: 4

Hráefni

1 matskeið af ólífuolíu

2 matskeiðar af smjöri

⅓ bolli sætt sherry

⅓ bolli af rauðu misó

¼ bolli mirin

3 matskeiðar af púðursykri

2½ matskeiðar af sojasósu

4 flundraflök

2 matskeiðar af saxuðum vorlauk

2 matskeiðar af saxaðri ferskri steinselju

Leiðbeiningar

Útbúið vatnsbað og setjið Sous Vide í það. Stilltu á 134 F. Hitaðu smjör í potti yfir miðlungs-lágt. Hrærið sætu sherry, miso, mirin, púðursykri og sojasósu saman við í 1 mínútu. Setja til hliðar. Látið kólna. Setjið flundruna í 2 lofttæmislokanlega poka. Losaðu loftið með því að kreista vatnið úr, lokaðu og dýfðu pokunum í vatnsbað. Eldið í 30 mínútur.

Eftir að tímamælirinn hættir skaltu fjarlægja flundruna úr pokunum og þurrka hana með eldhúsþurrku. Geymið safana til eldunar. Hitið pottinn yfir háum hita og hellið matreiðslusafanum út í. Eldið þar til minnkað um helming.

Hitið ólífuolíuna á pönnu við meðalhita og flytjið flökin yfir. Steikið í 30 sekúndur á hvorri hlið þar til þær verða stökkar. Berið fiskinn fram og hellið miso-gljáanum yfir. Skreytið með vorlauk og steinselju.

Stökkur lax með sætum engifergljáa

Undirbúningur + eldunartími: 53 mínútur | Skammtar: 4

Hráefni

½ bolli Worcestershire sósa

6 matskeiðar af hvítum sykri

4 skeiðar af mirin

2 lítil hvítlauksgeirar, saxaðir

½ teskeið af maíssterkju

½ teskeið af rifnum fersku engifer

4 laxaflök

4 teskeiðar af jurtaolíu

2 bollar soðin hrísgrjón, til framreiðslu

1 tsk af ristuðum valmúafræjum

Leiðbeiningar

Útbúið vatnsbað og setjið Sous Vide í það. Stillt á 129F.

Blandið Worcestershire sósunni, sykri, mirin, hvítlauk, maíssterkju og engifer saman í heitum potti við meðalhita. Eldið í 1 mínútu þar til sykurinn leysist upp. Geymið 1/4 bolli af sósu. Látið kólna. Setjið laxaflökin í 2 endurlokanlega poka með sósunni sem eftir er. Losaðu loftið með því að kreista vatnið úr, lokaðu og dýfðu pokunum í vatnsbað. Eldið í 40 mínútur.

Eftir að tímamælirinn hættir skaltu fjarlægja flökin úr pokunum og þurrka þau með eldhúsþurrku. Hitið pott yfir meðalháum hita og eldið bolla af sósu í 2 mínútur þar til hún þykknar. Hitið olíuna á pönnu. Grillið laxinn í 30 sekúndur á hlið. Berið laxinn fram með sósu og valmúafræjum.

Sítrusfiskur með kókossósu

Undirbúningstími: 1 klukkustund 57 mínútur | Skammtar: 6

Hráefni

2 matskeiðar af jurtaolíu

4 tómatar, skrældir og saxaðir

2 rauðar paprikur, skornar í teninga

1 gulur laukur, skorinn í bita

½ bolli appelsínusafi

¼ bolli lime safi

4 hvítlauksrif, söxuð

1 tsk mulin kúmenfræ

1 teskeið af kúmendufti

1 tsk af cayenne pipar

½ teskeið af salti

6 þorskflök, roðhreinsuð, skorin í teninga

14 aura af kókosmjólk

¼ bolli af rifnum kókos

3 matskeiðar af saxuðu fersku kóríander

Leiðbeiningar

Útbúið vatnsbað og setjið Sous Vide í það. Stillt á 137F.

Blandið saman appelsínusafa, limesafa, hvítlauk, kúmenfræjum, kúmeni, cayennepipar og salti í skál. Hjúpið flökin með limeblöndunni. Lokið og látið kólna í kæli í 1 klst.

Á meðan hitarðu olíuna í potti yfir meðalhita og bætið tómötum, papriku, lauk og salti út í. Eldið í 4-5 mínútur þar til það er mjúkt. Hellið kókosmjólkinni yfir tómatblönduna og eldið í 10 mínútur. Setjið til hliðar og látið kólna.

Takið flökin úr ísskápnum og setjið í 2 lofttæmispoka með kókosblöndunni. Losaðu loftið með því að kreista vatnið úr, lokaðu og dýfðu pokunum í vatnsbað. Eldið í 40 mínútur. Eftir að tímamælirinn hættir skaltu fjarlægja pokana og flytja innihaldið í skál. Skreytið með söxuðum kókoshnetu og kóríander. Berið fram með hrísgrjónum.

Ýsa steikt með lime og steinselju

Undirbúningur + eldunartími: 75 mínútur | Skammtar: 4

Hráefni

4 brjóstaflök, með hýði

½ teskeið af salti

6 matskeiðar af smjöri

Börkur og safi úr 1 lime

2 teskeiðar af saxaðri ferskri steinselju

1 lime, skorið í fernt

Leiðbeiningar

Útbúið vatnsbað og setjið Sous Vide í það. Stillt á 137F.

Saltið flökin og setjið í 2 poka sem hægt er að lofttæma. Bætið við smjöri, hálfri limeberki og limesafa og 1 matskeið steinselju. Losaðu loftið með því að nota vatnsflutningsaðferðina. Setjið í kæliskáp og látið kólna í 30 mínútur. Lokaðu og dýfðu töskunum í vatnsbað. Eldið í 30 mínútur.

Eftir að tímamælirinn hættir skaltu fjarlægja flökin og þurrka þau með eldhúsþurrku. Hitið afganginn af smjörinu á pönnu við meðalhita og steikið flökin í 45 sekúndur á hvorri hlið og hellið bræddu smjörinu yfir. Þurrkaðu með eldhúsþurrku og færðu yfir á disk. Skreytið með lime-fjórðungum og berið fram.

Stökk tilapia með sinnepi og hlynsósu

Undirbúningur + eldunartími: 65 mínútur | Skammtar: 4

Hráefni

2 matskeiðar af hlynsírópi

6 matskeiðar af smjöri

2 matskeiðar af Dijon sinnepi

2 matskeiðar af púðursykri

1 matskeið steinselja

1 matskeið af timjan

2 matskeiðar af sojasósu

2 matskeiðar af hvítvínsediki

4 tilapia flök, með húð

Leiðbeiningar

Útbúið vatnsbað og setjið Sous Vide í það. Stilltu á 114F.

Hitið pott yfir meðalhita og bætið við 4 matskeiðum af smjöri, sinnepi, púðursykri, hlynsírópi, sojasósu, ediki, steinselju og timjan. Eldið í 2 mínútur. Setjið til hliðar og látið kólna í 5 mínútur.

Settu tilapia flökin í endurlokanlegan poka með hlynsósunni. Losaðu loftið með því að kreista út vatnið, lokaðu og dýfðu pokanum í vatnsbað. Eldið í 45 mínútur.

Eftir að tímamælirinn hættir skaltu fjarlægja flökin og þurrka þau með eldhúsþurrku. Hitið afganginn af smjörinu á pönnu við meðalhita og steikið flökin í 1-2 mínútur.

Sverðfisk sinnep

Undirbúningur + eldunartími: 55 mínútur | Skammtar: 4

Hráefni

2 matskeiðar af ólífuolíu

2 sverðfiskasteikur

Salt og svartur pipar eftir smekk

½ tsk Colemans sinnep

2 teskeiðar af sesamolíu

Leiðbeiningar

Útbúið vatnsbað og setjið Sous Vide í það. Stillið á 104 F. Kryddið sverðfiskinn með salti og pipar. Blandið ólífuolíu og sinnepi vel saman. Settu sverðfiskinn í lofttæmipoka með sinnepsblöndunni. Losaðu loftið með því að nota vatnsflutningsaðferðina. Látið hvíla í kæliskáp í 15 mínútur. Lokaðu og dýfðu pokanum í vatnsbað. Eldið í 30 mínútur.

Hitið sesamolíuna á pönnu við háan hita. Eftir að tímamælirinn hættir skaltu fjarlægja sverðfiskinn og þurrka hann með eldhúsþurrku. Fargið matreiðslusafanum. Færið yfir á pönnuna og steikið í 30 sekúndur á hvorri hlið. Skerið sverðfiskinn í sneiðar og berið fram.

Kryddaðar fisktortillur

Undirbúningur + eldunartími: 35 mínútur | Skammtar: 6

Hráefni

⅓ bolli af þeyttum rjóma

4 flundruflök, afhýdd

1 tsk hakkað ferskt kóríander

¼ teskeið af rauðum pipar

Salt og svartur pipar eftir smekk

1 matskeið eplasafi edik

½ sætur laukur, saxaður

6 tortillur

Ísjakasalat í sneiðum

1 stór tómatur, skorinn í sneiðar

Guacamole til skrauts

1 lime, skorið í fernt

Leiðbeiningar

Útbúið vatnsbað og setjið Sous Vide í það. Stilltu á 134F.

Blandið flökunum saman við kóríander, rauðar piparflögur, salti og pipar. Settu í lofttæmandi lokanlegan poka. Losaðu loftið með því að kreista út vatnið, dýfðu pokanum í baðið. Eldið í 25 mínútur.

Á meðan er blandað saman eplaediki, lauk, salti og pipar. Setja til hliðar. Eftir að tímamælirinn hættir skaltu fjarlægja flökin og þurrka þau með eldhúsþurrku. Bakið flökin með blásara. Saxið í bita. Setjið fiskinn yfir tortilluna, bætið við salati, tómötum, sýrðum rjóma, laukblöndu og guacamole. Skreytið með lime.

Túnfisksteikur með basil

Undirbúningur + eldunartími: 45 mínútur | Skammtar: 5

Hráefni

6 matskeiðar af ólífuolíu

4 túnfisksteikur

Salt og svartur pipar eftir smekk

Börkur og safi úr 1 sítrónu

2 hvítlauksrif, söxuð

1 tsk af saxaðri ferskri basilíku

Leiðbeiningar

Útbúið vatnsbað og setjið Sous Vide í það. Stillið á 126 F. Kryddið túnfiskinn með salti og pipar. Blandið 4 matskeiðar af ólífuolíu, sítrónusafa og -berki, hvítlauk og basil. Setjið í tvo endurlokanlega poka með sítrusmarineringu. Losaðu loftið með því að kreista vatnið úr, lokaðu og dýfðu pokunum í vatnsbað. Eldið í 35 mínútur.

Eftir að tímamælirinn hættir skaltu fjarlægja túnfiskinn og þurrka hann með eldhúsþurrku. Geymið matreiðslusafann. Hitið ólífuolíuna á pönnu við háan hita og steikið túnfiskinn í 1 mínútu á hvorri hlið. Færið yfir á disk og stráið matreiðslusafa yfir. Best að bera fram með hrísgrjónum.

Sverðfiskur og kartöflusalat með Kalamata ólífum

Undirbúningur + eldunartími: 3 klukkustundir 5 mínútur | Skammtar: 2

Hráefni

kartöflu

3 matskeiðar af ólífuolíu

1 pund af sætum kartöflum

2 teskeiðar af salti

3 greinar af fersku timjan

Fiskur

1 matskeið af ólífuolíu

1 sverðfiskasteik

Salt og svartur pipar eftir smekk

1 tsk af repjuolíu

Salat

1 bolli af ungum spínatlaufum

1 bolli kirsuberjatómatar, helmingaðir

¼ bolli Kalamata ólífur, saxaðar

1 matskeið af ólífuolíu

1 tsk af Dijon sinnepi

3 matskeiðar af eplasafi edik

¼ teskeið af salti

Leiðbeiningar

Til að undirbúa kartöflurnar: undirbúið vatnsbað og setjið Sous Vide í það. Stillt á 192F.

Setjið kartöflur, ólífuolíu, sjávarsalt og timjan í endurlokanlegan poka. Losaðu loftið með því að kreista út vatnið, lokaðu og dýfðu pokanum í vatnsbað. Eldið í 1 klukkustund og 15 mínútur. Eftir að tímamælirinn hættir skaltu fjarlægja pokann og ekki opna hann. Setja til hliðar.

Til að undirbúa fiskinn: Gerðu vatnsbað og settu Sous Vide í það. Stillið á 104 F. Kryddið sverðfiskinn með salti og pipar. Setjið í endurlokanlegan poka með ólífuolíu. Losaðu loftið með því að kreista út vatnið, lokaðu og dýfðu pokanum í vatnsbað. Eldið í 30 mínútur.

Hitið canola olíuna á pönnu við háan hita. Fjarlægðu sverðfiskinn og þurrkaðu hann með eldhúsþurrku. Fargið matreiðslusafanum. Færið sverðfiskinn yfir á pönnuna og eldið í 30 sekúndur á hvorri hlið.

Skerið í sneiðar og setjið plastfilmu yfir. Setja til hliðar.

Að lokum er salatið búið til: Bætið kirsuberjatómötum, ólífum, ólífuolíu, sinnepi, eplaediki, salti út í salatskálina og blandið vel saman. Bæta við barnaspínati. Takið kartöflurnar út og skerið þær í tvennt. Fargið matreiðslusafanum. Toppið salatið með kartöflum og sverðfiski til að bera fram.

Reyktur lax

Undirbúningur + eldunartími: 1 klukkustund 20 mínútur | Skammtar: 3

Hráefni:

3 laxaflök, roðlaus
1 matskeið af sykri
2 teskeiðar af reyktri papriku
1 teskeið af sinnepsdufti

Leiðbeiningar:

Undirbúðu vatnsbað, settu Sous Vide í það og stilltu það á 115 F. Kryddaðu laxinn með 1 tsk salti og settu í renniláspoka. Sett í kæliskáp í 30 mínútur.

Blandið saman sykri, reyktu salti, restinni af salti og sinnepsdufti í skál og blandið saman. Takið laxinn úr kæliskápnum og nuddið hann með munkaduftblöndunni.

Settu laxinn í lofttæmandi lokanlegan poka, slepptu loftinu með vatnspressuaðferðinni og lokaðu pokann. Dýfðu í vatnsbað og stilltu tímamælirinn á 45 mínútur. Eftir að tímamælirinn hættir skaltu fjarlægja pokann og opna hann. Fjarlægðu laxinn og þurrkaðu hann með eldhúsþurrku. Setjið non-stick pönnu yfir meðalhita, bætið laxinum út í og steikið í 30 sekúndur. Berið fram með hlið af gufusoðnu grænmeti.

Hörpuskel með smjöri og pancetta

Undirbúningur + eldunartími: 45 mínútur | Skammtar: 6

Hráefni

12 stór hörpuskel

1 matskeið af ólífuolíu

Salt og svartur pipar eftir smekk

4 sneiðar af pancetta

2 skeiðar af hunangi

2 matskeiðar af smjöri

Leiðbeiningar

Útbúið vatnsbað og setjið Sous Vide í það. Stillt á 126F.

Forhitaðu ofninn í 390 F. Kasta hörpuskel með ólífuolíu, salti og pipar. Settu í lofttæmandi lokanlegan poka. Losaðu loftið með því að kreista út vatnið, lokaðu og dýfðu pokanum í vatnsbað. Eldið í 30 mínútur.

Flyttu pancettuna yfir á pönnu sem er klædd álpappír og klæddu báðar hliðar með hunangi og pipar. Bakið í 20 mínútur. Flyttu yfir á disk. Geymið pancetta fituna.

Eftir að tímamælirinn hættir skaltu fjarlægja hörpuskelina og þurrka þær með eldhúsþurrku. Bræðið smjörið og 1 msk pancetta fitu á pönnu við meðalhita. Setjið hörpuskelina og steikið í 1 mínútu á hvorri hlið þar til þær eru gullinbrúnar. Skerið pancettu í litla bita. Fáðu húfur Jakobs að láni. Skreytið með pancetta.

Smokkfisk linguine með chili og sítrónu

Undirbúningur + eldunartími: 2 klukkustundir 10 mínútur | Skammtar: 4

Hráefni

3 matskeiðar af ólífuolíu

4 smokkfiskar, hreinsaðir

Salt og svartur pipar eftir smekk

10 aura þurrkað linguine

1 (16 aura) dós af tómötum

2 hvítlauksrif, söxuð

1 tsk af rauðum piparflögum

1 tsk serrano pipar, saxaður

Börkur og safi úr 1 sítrónu

3 matskeiðar af saxaðri ferskri steinselju

3 matskeiðar af saxuðu fersku dilli

Leiðbeiningar

Útbúið vatnsbað og setjið Sous Vide í það. Stillið á 134 F. Kryddið smokkfiskinn með salti og pipar. Settu smokkfiskinn og 2 matskeiðar af ólífuolíu í endurlokanlegan poka. Losaðu loftið með því að kreista út vatnið, lokaðu og dýfðu pokanum í vatnsbað. Eldið í 2 klst. Eftir 1 klukkustund og 45 mínútur skaltu elda linguine samkvæmt leiðbeiningum á umbúðum. Tæmdu það.

Hitið pönnu yfir miðlungshita og bætið við afganginum af ólífuolíu, tómötum, hvítlauk, serrano pipar, sítrónuberki og safa og 2 matskeiðum af steinselju. Látið malla í 3 mínútur. Eftir að tímamælirinn hættir skaltu fjarlægja smokkfiskinn og þurrka þá með eldhúsþurrku. Skerið í litlar sneiðar. Blandið pastanu saman við tómat- og smokkfisksósu á heitri pönnu. Dreypið ólífuolíu yfir.

Krabbakjöt með lime og smjörsósu

Undirbúningur + eldunartími: 70 mínútur | Skammtar: 4

Hráefni

6 hvítlauksrif, söxuð

Börkur og safi af ½ lime

1 pund af krabbakjöti

4 matskeiðar af smjöri

Leiðbeiningar

Útbúið vatnsbað og setjið Sous Vide í það. Stillið á 137 F. Blandið vel helmingnum af hvítlauknum, limebörknum og helmingnum af limesafanum. Setja til hliðar. Setjið krabbakjötið, smjörið og limeblönduna í endurlokanlegan poka. Losaðu loftið með því að kreista út vatnið, lokaðu og dýfðu pokanum í vatnsbað. Eldið í 50 mínútur. Eftir að tímamælirinn hættir skaltu fjarlægja pokann. Fargið matreiðslusafanum.

Hitið pott yfir meðal-lágt og hellið afganginum af smjörinu, afganginum af limeblöndunni og limesafanum sem eftir er. Berið fram krabba í 4 ramekinum dældum með lime smjöri.

Fljótlegur lax í norður stíl

Undirbúningur + eldunartími: 30 mínútur | Skammtar: 4

Hráefni

1 matskeið af ólífuolíu

4 laxaflök, með roði

Salt og svartur pipar eftir smekk

Börkur og safi úr 1 sítrónu

2 matskeiðar af gulu sinnepi

2 teskeiðar af sesamolíu

Leiðbeiningar

Útbúið vatnsbað og setjið Sous Vide í það. Stillið á 114 F. Kryddið laxinn með salti og pipar. Blandið saman sítrónuberki og safa, olíu og sinnepi. Setjið laxinn í 2 lofttæmislokanlega poka með sinnepsblöndunni. Losaðu loftið með því að nota vatnspressuaðferðina, lokaðu og dýfðu pokunum í baðið. Eldið í 20 mínútur. Hitið sesamolíuna á pönnu. Eftir að tímamælirinn hættir skaltu fjarlægja laxinn og þurrka hann. Færið laxinn yfir á pönnuna og steikið í 30 sekúndur á hvorri hlið.

Ljúffengur silungur með sinnepi og tamari sósu

Undirbúningur + eldunartími: 35 mínútur | Skammtar: 4

Hráefni

¼ bolli af ólífuolíu

4 silungsflök, afhýdd og skorin í sneiðar

½ bolli Tamari sósa

¼ bolli ljós púðursykur

2 hvítlauksrif, söxuð

1 matskeið af Colemans sinnep

Leiðbeiningar

Útbúið vatnsbað og setjið Sous Vide í það. Stillið á 130 F. Blandið Tamari sósu, púðursykri, ólífuolíu og hvítlauk. Settu silunginn í lofttæmapoka með tamariblöndunni. Losaðu loftið með því að kreista út vatnið, lokaðu og dýfðu pokanum í vatnsbað. Eldið í 30 mínútur.

Eftir að tímamælirinn hættir skaltu fjarlægja silunginn og þurrka hann með eldhúsþurrku. Fargið matreiðslusafanum. Til að bera fram, skreytið með tamari sósu og sinnepi.

Sesam túnfiskur með engifersósu

Undirbúningur + eldunartími: 45 mínútur | Skammtar: 6

Hráefni:

Túnfiskur:

3 túnfisksteikur

Salt og svartur pipar eftir smekk

⅓ bolli af ólífuolíu

2 skeiðar af repjuolíu

½ bolli svört sesamfræ

½ bolli hvítt sesam

Engifersósa:

1 tommu engifer, rifinn

2 skalottlaukar, saxaðir

1 rauður chili, malaður

3 matskeiðar af vatni

2 ½ lime safi

1 ½ matskeið af hrísgrjónaediki

2 ½ matskeið af sojasósu

1 matskeið af fiskisósu

1 ½ skeið af sykri

1 búnt af salatlaufum

Leiðbeiningar:

Byrjaðu á sósunni: settu litla pönnu á lágan hita og bættu við ólífuolíu. Þegar það er heitt skaltu bæta við engifer og chili. Eldið í 3 mínútur. Bætið við sykri og ediki, hrærið og eldið þar til sykur leysist upp. Bætið við vatni og látið sjóða. Bætið sojasósu, fiskisósu og limesafa út í og eldið í 2 mínútur. Látið til hliðar til að kólna.

Gerðu vatnsbað, settu Sous Vide í það og stilltu á 110 F. Kryddaðu túnfiskinn með salti og pipar og settu í 3 aðskilda lofttæmislokanlega poka. Bætið við ólífuolíu, sleppið loftinu úr pokanum með því að nota vatnspressuaðferðina, lokaðu og dýfðu pokanum í vatnsbað. Stilltu teljarann á 30 mínútur.

Eftir að tímamælirinn hættir skaltu fjarlægja og opna pokann. Setjið túnfiskinn á hliðina. Setjið pönnuna á lágan hita og bætið rapsolíu út í. Á meðan þú hitar skaltu blanda sesamfræjunum í skálina. Þurrkaðu túnfiskinn, hyldu hann með sesamfræjum og steiktu efri og neðri hliðina í heitri olíu þar til fræin byrja að ristast.

Skerið túnfiskinn í þunnar strimla. Hyljið framreiðsludúkinn með salati og dreifið túnfiskinum á salatbotninn. Berið fram með engifersósu sem forrétt.

Guðdómlegar hvítlauks- og sítrónukrabbarúllur

Undirbúningur + eldunartími: 60 mínútur | Skammtar: 4

Hráefni

4 matskeiðar af smjöri
1 pund af soðnu krabbakjöti
2 hvítlauksrif, söxuð
Börkur og safi úr ½ sítrónu
½ bolli majónesi
1 fennelpera, saxuð
Salt og svartur pipar eftir smekk
4 hringir, saxaðir, smurðir og ristaðir

Leiðbeiningar

Útbúið vatnsbað og setjið Sous Vide í það. Stilltu á 137 F. Sameina hvítlauk, sítrónubörkur og 1/4 bolli sítrónusafa. Settu krabbakjötið í endurlokanlegan poka með smjör-sítrónublöndunni. Losaðu loftið með því að kreista út vatnið, lokaðu og dýfðu pokanum í vatnsbað. Eldið í 50 mínútur.

Eftir að tímamælirinn hættir skaltu fjarlægja pokann og flytja hann í skál. Fargið matreiðslusafanum. Blandið krabbakjötinu saman við afganginn af sítrónusafanum, majónesi, fennel, dilli, salti og pipar. Áður en það er borið fram skaltu fylla rúllurnar með krabbablöndunni.

Kryddaður kolkrabba með sítrónusósu

Undirbúningur + eldunartími: 4 klukkustundir og 15 mínútur | Skammtar: 4

Hráefni

5 matskeiðar af ólífuolíu
1 pund kolkrabba tentacles
Salt og svartur pipar eftir smekk
2 matskeiðar af sítrónusafa
1 matskeið af sítrónuberki
1 matskeið af saxaðri ferskri steinselju
1 tsk af timjan
1 matskeið af papriku

Leiðbeiningar

Útbúið vatnsbað og setjið Sous Vide í það. Stillið á 179 F. Skerið tentaklana í meðalstóra bita. Saltið og piprið. Setjið lengdirnar með ólífuolíunni í endurlokanlegan poka. Losaðu loftið með því að kreista út vatnið, lokaðu og dýfðu pokanum í vatnsbað. Eldið í 4 klst.

Eftir að tímamælirinn hættir skaltu fjarlægja kolkrabbinn og þurrka hann með eldhúsþurrku. Fargið matreiðslusafanum. Stráið ólífuolíu yfir.

Hitið grillið á meðalhita og grillið tentaklana í 10-15 sekúndur á hlið. Setja til hliðar. Blandið sítrónusafanum, sítrónuberki, papriku, timjani og steinselju vel saman. Hellið sítrónudressingunni yfir kolkrabbann.

Kebab úr kreólarækjum

Undirbúningur + eldunartími: 50 mínútur | Skammtar: 4

Hráefni

Börkur og safi úr 1 sítrónu

6 matskeiðar af smjöri

2 hvítlauksrif, söxuð

Salt og hvítur pipar eftir smekk

1 msk Creole krydd

1½ pund rækja, hreinsuð

1 matskeið af möluðu fersku dilli + til skrauts

sítrónu sneiðar

Leiðbeiningar

Útbúið vatnsbað og setjið Sous Vide í það. Stillt á 137F.

Bræðið smjörið í potti við meðalhita og bætið hvítlauknum, kreólakryddinu, sítrónuberkinum og safa út í, salti og pipar. Eldið í 5 mínútur þar til smjörið bráðnar. Setjið til hliðar og látið kólna.

Setjið rækjurnar í endurlokanlegan poka með smjörblöndunni. Losaðu loftið með því að kreista út vatnið, lokaðu og dýfðu pokanum í vatnsbað. Eldið í 30 mínútur.

Eftir að tímamælirinn hættir skaltu fjarlægja rækjurnar og þurrka þær með eldhúsþurrku. Fargið matreiðslusafanum. Þræðið rækjurnar á kebab og skreytið með dilli og kreistri sítrónu til að bera fram.

Rækjur með sterkri sósu

Undirbúningur + eldunartími: 40 mínútur + kælitími | Skammtar: 5

Hráefni

2 kíló af rækjum, hreinsaðar og afhýddar
1 bolli tómatmauk
2 matskeiðar af piparrótarsósu
1 teskeið af sítrónusafa
1 tsk tabasco sósa
Salt og svartur pipar eftir smekk

Leiðbeiningar

Útbúið vatnsbað og setjið Sous Vide í það. Stilltu á 137 F. Settu rækjur í lofttæmilokanlegan poka. Losaðu loftið með því að nota vatnspressuaðferðina, lokaðu og dýfðu pokanum í baðið. Eldið í 30 mínútur.

Eftir að tímamælirinn hættir skaltu fjarlægja pokann og setja hann í ísvatnsbað í 10 mínútur. Látið kólna í kæli í 1-6 klst. Blandið vel saman tómatmauki, piparrótarsósu, sojasósu, sítrónusafa, tabasco sósu, salti og pipar. Berið rækjuna fram með sósunni.

Lúða með lauk og estragon

Undirbúningur + eldunartími: 50 mínútur | Skammtar: 2

Hráefni:

2 punda flundraflök

3 greinar af estragon laufum

1 teskeið af hvítlauksdufti

1 tsk af laukdufti

Salt og hvítur pipar eftir smekk

2 ½ tsk + 2 tsk af smjöri

2 skalottlaukar, afhýddir og helmingaðir

2 timjangreinar

Sítrónusneiðar til skrauts

Leiðbeiningar:

Gerðu vatnsbað, settu Sous Vide í það og stilltu það á 124 F. Skerið flundraflökin í 3 bita hvert og nuddið með salti, hvítlauksdufti, laukdufti og pipar. Setjið flök, estragon og 2 ½ tsk smjör í 3 aðskilda endurlokanlega poka. Slepptu loftinu með því að nota vatnspressuaðferðina og lokaðu pokunum. Settu þau í vatnsbað og eldaðu í 40 mínútur.

Eftir að tímamælirinn hættir skaltu fjarlægja og opna töskurnar. Setjið pönnuna á lágan hita og bætið afganginum af smjörinu út í. Þegar það hefur verið hitað skaltu fjarlægja húðina af flundrunni og þurrka hana. Bætið flundrunni saman við skalottlauk og timjan og steikið á botninum og ofan þar til það er stökkt. Skreytið með sítrónusneiðum. Berið fram með hlið af gufusoðnu grænmeti.

Grænmetissmjör Lemon Þorskur

Undirbúningur + eldunartími: 37 mínútur | Skammtar: 6

Hráefni

8 matskeiðar af smjöri

6 þorskflök

Salt og svartur pipar eftir smekk

Börkur af ½ sítrónu

1 matskeið af möluðu fersku dilli

½ matskeið af söxuðum ferskum graslauk

½ matskeið af hakkaðri ferskri basilíku

½ matskeið af möluðum ferskri salvíu

Leiðbeiningar

Útbúið vatnsbað og setjið Sous Vide í það. Stillið á 134 F. Kryddið þorskinn með salti og pipar. Setjið þorskinn og sítrónubörkinn í endurlokanlegan poka.

Setjið smjörið, helminginn af dilliinu, graslauk, basil og salvíu í sérstakan poka sem hægt er að lofttæma. Losaðu loftið með því að nota vatnspressuaðferðina, lokaðu og dýfðu báðum pokunum í vatnsbað. Eldið í 30 mínútur.

Eftir að tímamælirinn hættir skaltu fjarlægja þorskinn og þurrka hann með eldhúsþurrku. Fargið matreiðslusafanum. Takið smjörið úr seinni pokanum og hellið því yfir þorskinn. Skreytið með restinni af dilli.

Snót með Beurre Nantais

Undirbúningur + eldunartími: 45 mínútur | Skammtar: 6

Hráefni:

grouper:

2 punda flundra, skorin í 3 bita hver

1 teskeið af kúmendufti

½ teskeið af hvítlauksdufti

½ teskeið af laukdufti

½ tsk kóríanderduft

¼ bolli fiskkrydd

¼ bolli pecan olía

Salt og hvítur pipar eftir smekk

Beurre Blanc:

1 pund af smjöri

2 matskeiðar af eplaediki

2 skalottlaukar, saxaðir

1 tsk af mulinn pipar

5 oz þungur rjómi,

Saltið eftir smekk

2 greinar af dilli

1 matskeið af sítrónusafa

1 matskeið af saffrandufti

Leiðbeiningar:

Búðu til vatnsbað, settu Sous Vide í það og stilltu það á 132 F. Kryddaðu grouper stykkin með salti og hvítum pipar. Settu í poka sem hægt er að lofttæma, slepptu loftinu með vatnsfærsluaðferðinni, lokaðu og dýfðu pokanum í vatnsbað. Stilltu teljarann á 30 mínútur. Blandið saman kúmeni, hvítlauk, lauk, kóríander og fiskkryddi. Setja til hliðar.

Gerðu beurre blanc á meðan. Setjið pönnuna á meðalhita og bætið skalottlaukum, ediki og piparkornum saman við. Sjóðið til að fá síróp. Lækkið hitann í lágan og bætið smjörinu út í, hrærið stöðugt í. Bætið við dilli, sítrónusafa og saffrandufti, hrærið stöðugt í og látið malla í 2 mínútur. Bætið við rjóma og salti. Eldið í 1 mínútu. Slökkvið á hitanum og setjið til hliðar.

Eftir að tímamælirinn hættir skaltu fjarlægja og opna pokann. Setjið pönnuna á miðlungshita, bætið við valhnetuolíu. Þurrkaðu fiskinn og kryddaðu hann með kryddblöndu og steiktu hann í upphitaðri olíu. Berið fram grouper og beurre nantais með hlið af gufusoðnu spínati.

Túnfiskflögur

Undirbúningur + eldunartími: 1 klukkustund 45 mínútur | Skammtar: 4

Hráefni:

¼ pund túnfisksteik

1 tsk af rósmarínlaufum

1 tsk af timjanlaufum

2 bollar af ólífuolíu

1 hvítlauksgeiri, saxaður

Leiðbeiningar:

Búðu til vatnsbað, settu Sous Vide í það og stilltu það á 135 F. Settu túnfisksteikina, salt, rósmarín, hvítlauk, timjan og tvær matskeiðar af olíu í endurlokanlegan poka. Losaðu loftið með því að kreista út vatnið, lokaðu og dýfðu pokanum í vatnsbað. Stilltu teljarann á 1 klukkustund og 30 mínútur.

Eftir að tímamælirinn hættir skaltu fjarlægja pokann. Setjið túnfiskinn í skál og setjið til hliðar. Setjið pönnuna á háan hita, bætið við afganginum af ólífuolíu. Þegar það er hitað er túnfiskinum hellt yfir. Rífið túnfiskinn með tveimur göfflum. Flyttu yfir og geymdu í loftþéttu íláti með ólífuolíu í allt að viku. Berið fram í salötum.

Hörpuskel í smjöri

Undirbúningur + eldunartími: 55 mínútur | Skammtar: 3

Hráefni:

½ pund hörpuskel
3 tsk af smjöri (2 tsk til eldunar + 1 tsk til steikingar)
Salt og svartur pipar eftir smekk

Leiðbeiningar:

Gerðu vatnsbað, settu Sous Vide í það og stilltu það á 140 F. Þurrkaðu hörpuskelina með pappírshandklæði. Setjið hörpuskel, salt, 2 msk smjör og pipar í endurlokanlegan poka. Slepptu loftinu með því að nota vatnspressuaðferðina, lokaðu og dýfðu pokanum í vatnsbað og stilltu tímamælirinn á 40 mínútur.

Eftir að tímamælirinn hættir skaltu fjarlægja og opna pokann. Þurrkaðu hörpuskelina með pappírsþurrku og settu til hliðar. Setjið pönnuna yfir meðalhita og smjörið sem eftir er. Þegar það bráðnar, steikið hörpuskelina á báðum hliðum þar til hún er gullinbrún. Berið fram með meðlæti af blönduðu grænmeti í smjöri.

Minty sardínur

Undirbúningur + eldunartími: 1 klukkustund 20 mínútur | Skammtar: 3

Hráefni:

2 kíló af sardínum
¼ bolli af ólífuolíu
3 pressuð hvítlauksrif
1 stór sítróna, nýkreist
2 greinar af ferskri myntu
Salt og svartur pipar eftir smekk

Leiðbeiningar:

Þvoið og hreinsið hvern fisk, en geymið roðið. Þurrkaðu með eldhúspappír.

Blandið ólífuolíu saman við hvítlauk, sítrónusafa, ferskri myntu, salti og pipar í stóra skál. Settu sardínurnar í stóran endurlokanlegan poka ásamt marineringunni. Eldið í vatnsbaði í eina klukkustund við 104 F. Takið úr baðinu og tæmið, en geymið sósuna. Hellið sósunni og gufusoðnum blaðlauk yfir fiskinn.

Haflauk í hvítvíni

Undirbúningur + eldunartímu: 2 klst | Skammtar: 2

Hráefni:

1 pund sjóbirtingur, um 1 tommu þykkur, hreinsaður
1 bolli af extra virgin ólífuolíu
1 sítróna, kreist
1 matskeið af sykri
1 matskeið af þurrkuðu rósmaríni
½ skeið af þurrkuðu oregano
2 pressuð hvítlauksrif
½ bolli hvítvín
1 teskeið af sjávarsalti

Leiðbeiningar:

Blandið saman ólífuolíu með sítrónusafa, sykri, rósmaríni, oregano, pressuðum hvítlauk, víni og salti í stóra skál. Dýfið fiskinum í þessa blöndu og látið marinerast í klukkutíma í kæli. Takið úr ísskápnum og látið renna af, en geymið vökvann til framreiðslu. Setjið flökin í stóran endurlokanlegan poka og innsiglið. Eldið en Sous Vide í 40 mínútur við 122 F. Dreypið afganginum af marineringunni yfir flökin og berið fram.

Lax og grænkálssalat með avókadó

Undirbúningur + eldunartími: 1 klst | Skammtar: 3

Hráefni:

1 pund roðlaus laxaflök

Salt og svartur pipar eftir smekk

½ lífræn sítróna, kreist

1 matskeið af ólífuolíu

1 bolli söxuð grænkálsblöð

½ bolli ristaðar gulrætur, sneiddar

½ þroskað avókadó, skorið í litla teninga

1 matskeið af fersku dilli

1 matskeið af ferskum steinseljulaufum

Leiðbeiningar:

Saltið og piprið flakið á báðum hliðum og setjið í stóran lofttæmispoka. Lokaðu pokanum og eldaðu en sous vide í 40 mínútur við 122 F. Fjarlægðu laxinn úr vatnsbaðinu og settu til hliðar.

Blandið sítrónusafanum, smá salti og svörtum pipar saman í blöndunarskál og bætið ólífuolíunni smám saman út í, hrærið stöðugt í. Bætið söxuðu grænkálinu út í og blandið saman til að hjúpa jafnt með vínaigrettunni. Bætið við ristuðum gulrótum, avókadó, dilli og steinselju. Hrærið varlega til að blanda saman. Færið yfir í skál og berið fram með laxinum ofan á.

Engifer lax

Undirbúningur + eldunartími: 45 mínútur | Skammtar: 4

Hráefni:

4 laxaflök, með roði
2 teskeiðar af sesamolíu
1 ½ ólífuolía
2 matskeiðar af engifer, rifið
2 skeiðar af sykri

Leiðbeiningar:

Gerðu vatnsbað, settu Sous Vide í það og stilltu það á 124F. Kryddið laxinn með salti og pipar. Setjið afganginn af innihaldsefnum í skál og blandið saman.

Setjið lax- og sykurblönduna í tvo lofttæmislokanlega poka, slepptu loftinu með vatnspressunaraðferðinni, lokaðu og dýfðu pokanum í vatnsbað. Stilltu teljarann á 30 mínútur.

Eftir að tímamælirinn hættir skaltu fjarlægja og opna pokann. Setjið pönnuna á meðalhita, setjið bökunarpappír á botninn og hitið. Bætið laxinum út í með skinnhliðinni niður og steikið í 1 mínútu hvor. Berið fram með smjöruðu spergilkáli.

Kræklingur í ferskum limesafa

Undirbúningur + eldunartími: 40 mínútur | Skammtar: 2

Hráefni:

1 pund ferskur kræklingur, án skeggs

1 meðalstór laukur, afhýddur og smátt saxaður

Hvítlauksrif, mulið

½ bolli nýkreistur lime safi

¼ bolli fersk steinselja, smátt söxuð

1 matskeið af rósmarín, smátt saxað

2 matskeiðar af ólífuolíu

Leiðbeiningar:

Setjið kræklinginn ásamt limesafa, hvítlauk, lauk, steinselju, rósmaríni og ólífuolíu í stóran lofttæmanlegan poka. Eldið en Sous Vide í 30 mínútur við 122 F. Berið fram með grænu salati.

Túnfisksteikur marineraðar í kryddjurtum

Undirbúningur + eldunartími: 1 klukkustund 25 mínútur | Skammtar: 5

Hráefni:

2 punda túnfisksteikur, um 1 tommu þykk
1 tsk af möluðu þurru timjan
1 tsk af ferskri basilíku, smátt saxað
¼ bolli smátt saxaður skalottlaukur
2 matskeiðar af ferskri steinselju, smátt saxað
1 matskeið af fersku dilli, smátt saxað
1 tsk af nýrifnum sítrónuberki
½ bolli sesamfræ
4 matskeiðar af ólífuolíu
Salt og svartur pipar eftir smekk

Leiðbeiningar:

Þvoið túnfiskflökin undir köldu rennandi vatni og þurrkið þau með eldhúspappír. Setja til hliðar.

Blandið saman í stóra skál timjan, basil, skalottlaukur, steinselju, dilli, olíu, salti og pipar. Blandið þar til það hefur blandast vel saman, dýfið síðan steikunum í þessa marineringu. Húðaðu það vel og settu það í ísskáp í 30 mínútur.

Settu steikurnar í stóran endurlokanlegan poka ásamt marineringunni. Ýttu á pokann til að fjarlægja loftið og lokaðu lokinu. Eldið en Sous Vide í 40 mínútur við 131 gráður.

Takið steikurnar úr pokanum og setjið þær yfir á eldhúspappír. Þurrkaðu varlega og fjarlægðu kryddjurtirnar. Hitið pönnu á hátt. Veltið steikunum upp úr sesamfræjum og setjið yfir á pönnuna. Eldið í 1 mínútu á hvorri hlið og takið af hitanum.

Krabbabökur

Undirbúningur + eldunartími: 65 mínútur | Skammtar: 4

Hráefni:

1 pund krabbakjöt
1 bolli rauðlaukur, smátt saxaður
½ bolli rauð paprika, smátt skorin
2 matskeiðar af chilipipar, smátt saxaður
1 matskeið af sellerílaufum, smátt saxað
1 matskeið af steinseljulaufum, smátt saxað
½ tsk estragon, smátt saxað
Salt og svartur pipar eftir smekk
4 matskeiðar af ólífuolíu
2 matskeiðar af möndlumjöli
3 egg, þeytt

Leiðbeiningar:

Hitið 2 matskeiðar af ólífuolíu á pönnu og bætið lauknum út í. Steikið þar til það er gegnsætt og bætið við söxuðum rauðum pipar og chilipipar. Eldið í 5 mínútur, hrærið stöðugt í.

Flyttu yfir í stóra skál. Bætið við krabbakjöti, sellerí, steinselju, estragon, salti, pipar, möndlumjöli og eggjum. Blandið vel saman og mótið blönduna í 2 tommur í þvermál. Skiptu hamborgurunum varlega í 2 endurlokanlega poka og lokaðu þeim. Eldið í sous vide í 40 mínútur við 122F.

Hitið afganginn af ólífuolíunni á eldfastri grillpönnu við háan hita. Takið kökurnar úr vatnsbaðinu og færið þær yfir á pönnuna. Steikið stutt á báðum hliðum í 3-4 mínútur og berið fram.

Chili Smels

Undirbúningur + eldunartími: 1 klukkustund og 15 mínútur | Skammtar: 5

Hráefni:

1 pund af ferskum ilmefnum

½ bolli af sítrónusafa

3 pressuð hvítlauksrif

1 teskeið af salti

1 bolli af extra virgin ólífuolíu

2 matskeiðar af fersku dilli, smátt saxað

1 matskeið af graslauk, saxað

1 matskeið af chilipipar, malaður

Leiðbeiningar:

Skolið bræðsluna undir köldu rennandi vatni og tæmdu. Setja til hliðar.

Blandið í stóra skál ólífuolíu saman við sítrónusafa, mulinn hvítlauk, sjávarsalti, smátt söxuðu dilli, söxuðum graslauk og chilipipar. Setjið lyktina í þessa blöndu og hyljið. Sett í kæliskáp í 20 mínútur.

Takið úr ísskápnum og setjið í stóran endurlokanlegan poka ásamt marineringunni. Eldið í sous vide í 40 mínútur við 104 F. Takið úr vatnsbaðinu og tæmið, en geymið vökvann.

Hitið stóra pönnu yfir meðalháum hita. Bætið kryddinu út í og eldið stuttlega, 3-4 mínútur, snúið þeim við. Takið af hitanum og færið yfir á disk. Hellið marineringunni yfir og berið fram strax.

Marineruð steinbítsflök

Undirbúningur + eldunartími: 1 klukkustund 20 mínútur | Skammtar: 3

Hráefni:

1 kíló af steinbítsflaki

½ bolli af sítrónusafa

½ bolli steinseljublöð, smátt saxuð

2 pressuð hvítlauksrif

1 bolli laukur, smátt saxaður

1 matskeið af fersku dilli, smátt saxað

1 matskeið af ferskum rósmarínlaufum, smátt saxað

2 bollar af nýkreistum eplasafa

2 matskeiðar af Dijon sinnepi

1 bolli af extra virgin ólífuolíu

Leiðbeiningar:

Blandið saman sítrónusafa, steinseljulaufum, pressuðum hvítlauk, fínsöxuðum lauk, fersku dilli, rósmaríni, eplasafa, sinnepi og ólífuolíu í stóra skál. Þeytið þar til það hefur blandast vel saman. Dýfið flökunum í þessa blöndu og hyljið þau með þéttu loki. Sett í kæliskáp í 30 mínútur.

Taktu úr kæli og settu í 2 lofttæmislokanlega poka. Lokaðu og eldaðu í sous vide í 40 mínútur við 122 F. Fjarlægðu og tæmdu; geymdu vökvann. Berið fram toppað með eigin vökva.

Steinseljurækjur með sítrónu

Undirbúningur + eldunartími: 35 mínútur | Skammtar: 4

Hráefni:

12 stórar rækjur, afhýddar og hreinsaðar
1 teskeið af salti
1 tsk af sykri
3 teskeiðar af ólífuolíu
1 lárviðarlauf
1 steinseljukvistur, saxaður
2 matskeiðar af sítrónuberki
1 matskeið af sítrónusafa

Leiðbeiningar:

Búðu til vatnsbað, settu Sous Vide í það og stilltu það á 156 F. Bætið rækjunum, salti og sykri í skálina, hrærið og látið standa í 15 mínútur. Setjið rækjur, lárviðarlauf, ólífuolíu og sítrónubörk í endurlokanlegan poka. Losaðu loftið með því að nota vatnsflutningsaðferðina og innsiglið. Setjið í baðið og látið sjóða í 10 mínútur. Eftir að tímamælirinn hættir skaltu fjarlægja og opna pokann. Tæmið rækjurnar og stráið sítrónusafa yfir.

Sous Vide Lúða

Undirbúningur + eldunartími: 1 klukkustund 20 mínútur | Skammtar: 4

Hráefni:

1 pund af flundruflaki

3 matskeiðar af ólífuolíu

¼ bolli skalottlaukur, smátt saxaður

1 tsk af nýrifnum sítrónuberki

½ teskeið af möluðu þurrkuðu timjani

1 matskeið af ferskri steinselju, smátt söxuð

1 tsk af fersku dilli, smátt saxað

Salt og svartur pipar eftir smekk

Leiðbeiningar:

Þvoið fiskinn undir köldu rennandi vatni og þurrkið með eldhúspappír. Skerið í þunnar sneiðar og stráið salti og pipar yfir ríkulega. Setjið í stóran endurlokanlegan poka og bætið við tveimur matskeiðum af ólífuolíu. Kryddið með skalottlaukum, timjan, steinselju, dilli, salti og pipar.

Ýttu á pokann til að fjarlægja loftið og lokaðu lokinu. Hristið pokann til að hjúpa öll flökin með kryddinu og geymið í kæli í 30 mínútur fyrir eldun. Eldið í sous vide í 40 mínútur við 131 F.

Takið pokann upp úr vatninu og látið kólna í smá stund. Setjið á eldhúspappír og látið renna af. Fjarlægðu kryddjurtirnar.

Hitið afganginn af olíunni í stórri pönnu við háan hita. Bætið flökum út í og eldið í 2 mínútur. Snúið flökum við og eldið í um 35-40 sekúndur, takið síðan af hellunni. Færið fiskinn aftur yfir á pappírshandklæði og fjarlægðu umframfituna. Berið fram strax.

Sóli með sítrónusmjöri

Undirbúningur + eldunartími: 45 mínútur | Skammtar: 3

Hráefni:

3 laufflök

1 ½ matskeið af ósaltuðu smjöri

¼ bolli sítrónusafi

½ teskeið af sítrónuberki

Sítrónupipar eftir smekk

1 steinseljukvistur til skrauts

Leiðbeiningar:

Gerðu vatnsbað, settu Sous Vide í það og stilltu það á 132 F. Þurrkaðu sólann og settu í 3 aðskilda lofttæmislokanlega poka. Slepptu loftinu með því að nota vatnspressuaðferðina og lokaðu pokunum. Sökkva þér niður í vatnsbað og stilltu tímamælirinn á 30 mínútur.

Setjið litla pönnu á meðalhita, bætið smjöri út í. Þegar það hefur bráðnað skaltu fjarlægja það af hitanum. Bætið sítrónusafa og sítrónuberki út í og blandið saman.

Eftir að tímamælirinn hættir skaltu fjarlægja og opna pokann. Færið laufflökin yfir á diska, dreypið smjörsósunni yfir og skreytið með steinselju. Berið fram með meðlæti af gufusoðnu grænmeti.

Þorskpottréttur með basil

Undirbúningur + eldunartími: 50 mínútur | Skammtar: 4

Hráefni:

1 pund þorskflök
1 bolli ristaðir tómatar
1 matskeið þurrkuð basil
1 bolli af fiskikrafti
2 matskeiðar af tómatmauki
3 stilkar sellerí, smátt saxaðir
1 gulrót, skorin í sneiðar
¼ bolli af ólífuolíu
1 laukur smátt saxaður
½ bolli af sveppum

Leiðbeiningar:

Hitið ólífuolíuna á stórri pönnu við meðalhita. Bætið við sellerí, lauk og gulrót. Hrærið í 10 mínútur. Takið af hellunni og setjið ásamt öðrum hráefnum yfir í poka sem hægt er að lofttæma. Eldið í sous vide í 40 mínútur við 122F.

Ljós tilapia

Undirbúningur + eldunartími: 1 klukkustund og 10 mínútur | Skammtar: 3

Hráefni

3 (4 oz) tilapia flök
3 matskeiðar af smjöri
1 matskeið af eplaediki
Salt og svartur pipar eftir smekk

Leiðbeiningar:

Búðu til vatnsbað, settu Sous Vide í það og stilltu á 124 F. Kryddaðu tilapia með pipar og salti og settu í lofttæmandi lokanlegan poka. Slepptu loftinu með því að nota vatnspressunaraðferðina og innsiglið pokann. Sökkið í vatnsbað og stillið tímamælirinn á 1 klst.

Eftir að tímamælirinn hættir skaltu fjarlægja og opna pokann. Setjið pönnuna á meðalhita og bætið smjöri og ediki út í. Eldið og hrærið stöðugt þar til edikið er minnkað um helming. Bætið tilapiunni út í og steikið aðeins. Kryddið með salti og pipar að vild. Berið fram með grænmetisrétti í smjöri.

Lax með aspas

Undirbúningur + eldunartími: 3 klukkustundir 15 mínútur | Skammtar: 6

Hráefni:

1 pund villt laxaflök
1 matskeið af ólífuolíu
1 matskeið af þurrkuðu oregano
12 meðalstór aspas
4 hvítlaukshringir
1 matskeið af ferskri steinselju
Salt og svartur pipar eftir smekk

Leiðbeiningar:

Kryddið flökin með oregano, salti og pipar á báðum hliðum og smyrjið létt með ólífuolíu.

Setjið í stórt lofttæmandi ílát ásamt hinum hráefnunum. Blandið öllu kryddinu saman í blöndunarskál. Nuddið blöndunni jafnt á báðar hliðar steikarinnar og setjið í stóran endurlokanlegan poka. Lokaðu pokanum og eldaðu í sous vide í 3 klukkustundir við 136F.

Karrí makríll

Undirbúningur + eldunartími: 55 mínútur | Skammtar: 3

Hráefni:

3 makrílflök án hausa

3 skeiðar af karrýmauki

1 matskeið af ólífuolíu

Salt og svartur pipar eftir smekk

Leiðbeiningar:

Búðu til vatnsbað, settu Sous Vide í það og stilltu það á 120 F. Kryddaðu makrílinn með pipar og salti og settu hann í lofttæmapoka. Slepptu loftinu með því að nota vatnsfærsluaðferðina, lokaðu og dýfðu í vatnsbað og stilltu teljarann á 40 mínútur.

Eftir að tímamælirinn hættir skaltu fjarlægja og opna pokann. Setjið pönnuna á meðalhita, bætið við ólífuolíu. Húðaðu makrílinn með karrý (ekki þurrka)

Þegar það er hitað, bætið við makrílnum og steikið þar til hann er gullinbrúnn. Berið fram með hlið af gufusoðnu laufgrænu grænmeti.

Smokkfiskur með rósmaríni

Undirbúningur + eldunartími: 1 klukkustund og 15 mínútur | Skammtar: 3

Hráefni:

1 pund ferskur smokkfiskur, heill
½ bolli extra virgin ólífuolía
1 matskeið af bleiku Himalayan salti
1 matskeið af þurru rósmaríni
3 pressuð hvítlauksrif
3 kirsuberjatómatar, helmingaðir

Leiðbeiningar:

Skolaðu hvern smokkfisk vandlega undir rennandi vatni. Fjarlægðu höfuðin af hverjum smokkfiski með beittum skurðarhníf og hreinsaðu.

Blandið í stóra skál ólífuolíu með salti, þurrkuðu rósmaríni, kirsuberjatómötum og pressuðum hvítlauk. Dýfið smokkfiskinum í þessa blöndu og látið standa í kæli í 1 klst. Taktu síðan út og tæmdu. Settu smokkfiskinn og kirsuberjatómatana í stóran lofttæmispoka. Eldið en sous vide í eina klukkustund við 136 F.

Steiktar sítrónu rækjur

Undirbúningur + eldunartími: 50 mínútur | Skammtar: 3

Hráefni:

1 pund rækja, afhýdd og afveguð

3 matskeiðar af ólífuolíu

½ bolli af nýkreistum sítrónusafa

1 hvítlauksgeiri, pressaður

1 tsk af fersku rósmarín, mulið

1 teskeið af sjávarsalti

Leiðbeiningar:

Blandið ólífuolíu saman við sítrónusafa, mulinn hvítlauk, rósmarín og salti. Notaðu eldhúsbursta, dreifðu blöndunni yfir hverja rækju og settu í stóran endurlokanlegan poka. Eldið í sous vide í 40 mínútur við 104 F.

Grillaður kolkrabbi

Undirbúningur + eldunartími: 5 klukkustundir 20 mínútur | Skammtar: 3

Hráefni:

½ pund miðlungs kolkrabba tentacles, blanched

Salt og svartur pipar eftir smekk

3 teskeiðar + 3 matskeiðar af ólífuolíu

2 teskeiðar af þurrkuðu oregano

2 greinar af ferskri steinselju, saxað

Ís fyrir ísbað

Leiðbeiningar:

Búðu til vatnsbað, settu Sous Vide í það og stilltu það á 171 F.

Settu kolkrabba, salt, 3 tsk af ólífuolíu og pipar í endurlokanlegan poka. Losaðu loftið með því að kreista út vatnið, lokaðu og dýfðu pokanum í vatnsbað. Stilltu teljarann á 5 klst.

Eftir að tímamælirinn hættir skaltu fjarlægja pokann og hylja hann í ísbaði. Setja til hliðar. Hitið grillið.

Þegar grillið er orðið heitt er kolkrabbinn færður yfir á disk, 3 matskeiðar af ólífuolíu bætt út í og nuddað. Grillið kolkrabbinn þannig að hann brúnist fallega á hvorri hlið. Bætið kolkrabbanum út í og skreytið með steinselju og oregano. Berið fram með sætri, sterkri sósu.

Villtar laxasteikur

Undirbúningur + eldunartími: 1 klukkustund 25 mínútur | Skammtar: 4

Hráefni:

Villtar laxasteikur um 2 kíló
3 pressuð hvítlauksrif
1 matskeið af fersku rósmaríni, smátt saxað
1 matskeið af nýkreistum sítrónusafa
1 matskeið af nýkreistum appelsínusafa
1 tsk af appelsínuberki
1 tsk af bleiku Himalayan salti
1 bolli af fiskikrafti

Leiðbeiningar:

Blandið appelsínusafa saman við sítrónusafa, rósmarín, hvítlauk, appelsínusafa og salti. Dreifið blöndunni yfir hverja steik og kælið í 20 mínútur. Færið í stóran poka sem hægt er að loka aftur og bætið fisksoðinu út í. Lokaðu pokanum og eldaðu í sous vide í 50 mínútur við 131F.

Hitið stóra eldfasta grillpönnu. Takið steikurnar úr lofttæmingarpokanum og grillið þær í 3 mínútur á hvorri hlið, þar til þær eru léttkolnar.

Tilapia plokkfiskur

Undirbúningur + eldunartími: 65 mínútur | Skammtar: 3

Hráefni:

1 pund tilapia flök

½ bolli laukur, smátt saxaður

1 bolli gulrætur, smátt saxaðar

½ bolli kóríanderlauf, smátt saxað

3 hvítlauksgeirar, smátt saxaðir

1 bolli græn paprika, smátt skorin

1 tsk ítölsk kryddblanda

1 tsk af cayenne pipar

½ teskeið af chilipipar

1 bolli af ferskum tómatsafa

Salt og svartur pipar eftir smekk

3 matskeiðar af ólífuolíu

Leiðbeiningar:

Hitið ólífuolíuna yfir meðalhita. Bætið söxuðum lauk út í og steikið þar til hann er hálfgagnsær.

Bætið nú við papriku, gulrótum, hvítlauk, kóríander, ítölsku kryddi, cayenne, chilipipar, salti og svörtum pipar. Blandið vel saman og eldið í tíu mínútur í viðbót.

Takið af hitanum og setjið í stóran endurlokanlegan poka ásamt tómatsafanum og tilapia flökum. Eldið í sous vide í 50 mínútur við 122 F. Takið úr vatnsbaði og berið fram.

Smjörkúlur með piparkornum

Undirbúningur + eldunartími: 1 klukkustund og 30 mínútur | Skammtar: 2

Hráefni:

4 oz niðursoðin samloka

¼ bolli af þurru hvítvíni

1 sellerístilkur skorinn í teninga

1 hægelduð pastinip

1 skalottlaukur skorinn í fernt

1 lárviðarlauf

1 matskeið af svörtum pipar

1 matskeið af ólífuolíu

8 matskeiðar af smjöri, stofuhita

1 matskeið af saxaðri ferskri steinselju

2 hvítlauksrif, söxuð

Saltið eftir smekk

1 tsk af nýsöxuðum svörtum pipar

¼ bolli panko brauðrasp

1 baguette, sneið

Leiðbeiningar:

Útbúið vatnsbað og setjið Sous Vide í það. Stilltu á 154 F. Settu samlokuna, skalottlaukana, selleríið, pastinak, vín, piparkorn, ólífuolíu og lárviðarlauf í lofttæmandi lokanlegan poka. Losaðu loftið með því að kreista út vatnið, lokaðu og dýfðu pokanum í vatnsbað. Eldið í 60 mínútur.

Blandið saman smjöri, steinselju, salti, hvítlauk og möluðum pipar með hrærivél. Blandið saman á meðalhraða þar til blandast saman. Setjið blönduna í plastpoka og rúllið henni upp. Sett í ísskáp og látið kólna.

Eftir að tímamælirinn hættir skaltu fjarlægja snigilinn og grænmetið. Fargið matreiðslusafanum. Hitið pönnu við háan hita. Hyljið skeljarnar með smjöri, stráið smá brauðrasp yfir og eldið í 3 mínútur þar til þær bráðna. Berið fram með heitum sneiðum af baguette.

Cilantro silungur

Undirbúningur + eldunartími: 60 mínútur | Skammtar: 4

Hráefni:

2 kíló af silungi, 4 stykki

5 hvítlauksrif

1 matskeið af sjávarsalti

4 matskeiðar af ólífuolíu

1 bolli kóríanderlauf, smátt saxað

2 matskeiðar af rósmarín, smátt saxað

¼ bolli nýkreistur sítrónusafi

Leiðbeiningar:

Hreinsið og skolið fiskinn vel. Þurrkaðu með eldhúspappír og nuddaðu með salti. Blandið hvítlauk saman við ólífuolíu, kóríander, rósmarín og sítrónusafa. Fylltu hvern fisk með blöndunni. Setjið í aðskilda lofttæmislokanlega poka og innsiglið. Eldið en Sous Vide í 45 mínútur við 131 F.

Smokkfiskhringir

Undirbúningur + eldunartími: 1 klukkustund 25 mínútur | Skammtar: 3

Hráefni:

2 bollar smokkfiskhringir
1 matskeið af fersku rósmaríni
Salt og svartur pipar eftir smekk
½ bolli af ólífuolíu

Leiðbeiningar:

Blandið smokkfiskhringjum saman við rósmarín, salti, pipar og ólífuolíu í stórum hreinum plastpoka. Lokaðu pokanum og hristu nokkrum sinnum til að húðin verði vel. Flyttu yfir í stóran lofttæmislokanlegan poka og innsiglaðu. Eldið í sous vide í 1 klukkustund og 10 mínútur við 131 F. Takið úr vatnsbaði og berið fram.

Chilli rækjur og avókadó salat

Undirbúningur + eldunartími: 45 mínútur | Skammtar: 4

Hráefni:

1 saxaður rauðlaukur

Safi úr 2 lime

1 teskeið af ólífuolíu

¼ teskeið af sjávarsalti

⅛ teskeið af hvítum pipar

1 pund hrá rækja, afhýdd og afveguð

1 sneiður tómatur

1 avókadó í teninga

1 grænn chilipipar, fræhreinsaður og skorinn í teninga

1 matskeið saxað kóríander

Leiðbeiningar:

Útbúið vatnsbað og setjið Sous Vide í það. Stillt á 148F.

Setjið lime safa, rauðlauk, sjávarsalt, hvítan pipar, ólífuolíu og rækjur í endurlokanlegan poka. Losaðu loftið með því að kreista út vatnið, lokaðu og dýfðu pokanum í vatnsbað. Eldið í 24 mínútur.

Eftir að tímamælirinn hættir skaltu fjarlægja pokann og setja hann í ísvatnsbað í 10 mínútur. Blandið saman tómötum, avókadó, grænum chilipipar og kóríander í skál. Hellið innihaldi pokans ofan á.

Smjörkenndur rauður snappari með sítrussaffransósu

Undirbúningur + eldunartími: 55 mínútur | Skammtar: 4

Hráefni

4 stykki af hreinsaðri rauðri papriku

2 matskeiðar af smjöri

Salt og svartur pipar eftir smekk

<u>Fyrir sítrussósuna</u>

1 sítrónu

1 greipaldin

1 lime

3 appelsínur

1 tsk af Dijon sinnepi

2 skeiðar af repjuolíu

1 höfuð af gulum lauk

1 kúrbít skorinn í teninga

1 teskeið af saffran

1 tsk af chilipipar skorinn í teninga

1 matskeið af sykri

3 bollar af fiskikrafti

3 matskeiðar saxað kóríander

Leiðbeiningar

Útbúið vatnsbað og setjið Sous Vide í það. Stillið á 132 F. Kryddið snapperflök með salti og pipar og setjið í lofttæmandi lokanlegan poka. Losaðu loftið með því að kreista út vatnið, lokaðu og dýfðu pokanum í vatnsbað. Eldið í 30 mínútur.

Flysjið ávextina og skerið í teninga. Hitið olíuna á pönnu við meðalhita og bætið lauknum og kúrbítnum út í. Látið malla í 2-3 mínútur. Bætið við ávöxtum, saffran, pipar, sinnepi og sykri. Eldið í 1 mínútu í viðbót. Blandið fisksoðinu saman og látið malla í 10 mínútur. Skreytið með kóríander og setjið til hliðar. Eftir að tímamælirinn hættir skaltu fjarlægja fiskinn og flytja hann yfir á disk. Smyrjið með sítrus- og saffransósu og berið fram.

Þorskflök í sesamskorpu

Undirbúningur + eldunartími: 45 mínútur | Skammtar: 2

Hráefni

1 stórt þorskflök

2 matskeiðar af sesammauki

1½ matskeið af púðursykri

2 matskeiðar af fiskisósu

2 matskeiðar af smjöri

sesam

Leiðbeiningar

Útbúið vatnsbað og setjið Sous Vide í það. Stilltu á 131F.

Dýfið þorskinum í blöndu af púðursykri, sesammauki og fiskisósu. Settu í lofttæmandi lokanlegan poka. Losaðu loftið með því að kreista út vatnið, lokaðu og dýfðu pokanum í vatnsbað. Eldið í 30 mínútur. Bræðið smjörið á pönnu við meðalhita.

Eftir að tímamælirinn hættir skaltu taka þorskinn út og setja hann á pönnuna og steikja í 1 mínútu. Berið fram á fati. Hellið matreiðslusafanum á pönnuna og eldið þar til minnkað. Bætið 1 matskeið af smjöri út í og blandið saman. Hellið sósunni yfir þorskinn og skreytið með sesamfræjum. Berið fram með hrísgrjónum.

Rjómalöguð lax með spínati og sinnepssósu

Undirbúningur + eldunartími: 55 mínútur | Skammtar: 2

éghráefni

4 roðlaus laxaflök

1 stór búnt af spínati

½ bolli Dijon sinnep

1 bolli þungur rjómi

1 bolli hálfur og hálfur rjómi

1 matskeið af sítrónusafa

Salt og svartur pipar eftir smekk

Leiðbeiningar

Útbúið vatnsbað og setjið Sous Vide í það. Stilltu á 115 F. Settu saltkryddaða laxinn í lofttæmandi poka. Losaðu loftið með því að kreista út vatnið, lokaðu og dýfðu pokanum í vatnsbað. Eldið í 45 mínútur.

Hitið pott yfir meðalháum hita og eldið spínatið þar til það er meyrt. Lækkið hitann og hellið sítrónusafa, pipar og salti út í. Haltu áfram að elda. Hitið pott yfir meðalháum hita og blandið hálfum og hálfum rjóma og Dijon sinnepi saman við. Lækkið hitann og eldið. Saltið og piprið. Eftir að tímamælirinn hættir skaltu fjarlægja laxinn og flytja hann á disk. Hellið sósunni yfir. Berið fram með spínati.

Pipar hörpuskel með fersku salati

Undirbúningur + eldunartími: 55 mínútur | Skammtar: 4

Hráefni

1 pund hörpuskel
1 teskeið af hvítlauksdufti
½ teskeið af laukdufti
½ tsk paprika
¼ tsk cayenne pipar
Salt og svartur pipar eftir smekk

Salat

3 bollar af maískjörnum
½ lítri af helminguðum kirsuberjatómötum
1 rauð paprika skorin í teninga
2 matskeiðar af saxaðri ferskri steinselju

Sárabindi

1 matskeið af ferskri basil
1 sítróna skorin í fernt

Leiðbeiningar

Útbúið vatnsbað og setjið Sous Vide í það. Stilltu á 122F.

Setjið hörpuskelina í lofttæmanlegan poka. Saltið og piprið. Blandið hvítlauksdufti, papriku, laukdufti og cayennepipar saman í skál. Hella í. Losaðu loftið með því að kreista út vatnið, lokaðu og dýfðu pokanum í vatnsbað. Eldið í 30 mínútur.

Á meðan, forhitaðu ofninn í 400 F. Settu kornkjarna og rauða pipar í eldfast mót. Stráið ólífuolíu yfir og kryddið með salti og pipar. Eldið í 5-10 mínútur. Færið í skál og blandið saman við steinselju. Blandið hráefninu í dressinguna vel í skál og hellið yfir maískornin.

Eftir að tímamælirinn hættir skaltu fjarlægja pokann og flytja hann yfir á heita pönnuna. Steikið í 2 mínútur á hvorri hlið. Berið fram á disk, hörpuskel og salat. Skreytið með basil og sítrónubát.

Sætur hörpuskel með mangó

Undirbúningur + eldunartími: 50 mínútur | Skammtar: 4

Hráefni

1 pund af stórum hörpuskel

1 matskeið af smjöri

Sósa

1 matskeið af sítrónusafa

2 matskeiðar af ólífuolíu

Skreyta

1 matskeið af lime börki

1 matskeið af appelsínuberki

1 bolli skorið mangó

1 þunnt sneið Serrano pipar

2 matskeiðar af söxuðum myntulaufum

Leiðbeiningar

Setjið hörpuskelina í lofttæmanlegan poka. Saltið og piprið. Látið kólna í ísskápnum yfir nótt. Útbúið vatnsbað og setjið Sous Vide í það. Stilltu á 122 F. Slepptu loftinu með því að nota vatnspressuaðferðina, innsiglið og dýfðu pokanum í vatnsbað. Eldið í 15-35 mínútur.

Hitið pönnu yfir meðalhita. Blandið sósuhráefnunum vel saman í skál. Eftir að tímamælirinn hættir skaltu fjarlægja hörpuskelina og flytja þær á pönnuna og steikja þar til þær eru gullinbrúnar. Berið fram á disk. Stráið sósunni yfir og bætið við hráefninu til skrauts.

Blaðlaukur og rækjur með sinnepsvinaigrette

Undirbúningur + eldunartími: 1 klukkustund 20 mínútur | Skammtar: 4

éghráefni

6 blaðlaukur

5 matskeiðar af ólífuolíu

Salt og svartur pipar eftir smekk

1 skalottlaukur, saxaður

1 matskeið af hrísgrjónaediki

1 tsk af Dijon sinnepi

1/3 pund soðnar flóarækjur

Hakkað fersk steinselja

Leiðbeiningar

Útbúið vatnsbað og setjið Sous Vide í það. Stillt á 183F.

Skerið toppana af blaðlauknum og takið botninn af. Þvoið þær í köldu vatni og stráið 1 matskeið af ólífuolíu yfir. Saltið og piprið. Settu í lofttæmandi lokanlegan poka. Losaðu loftið með því að kreista út vatnið, lokaðu og dýfðu pokanum í vatnsbað. Eldið í 1 klst.

Á meðan, fyrir vinaigrette, blandaðu skalottlaukum, Dijon sinnepi, ediki og 1/4 bolli af ólífuolíu saman í skál. Saltið og piprið. Eftir að tímamælirinn hættir skaltu fjarlægja pokann og flytja hann yfir í ísvatnsbaðið. Látið kólna. Setjið blaðlaukinn á 4 diska og saltið. Bætið rækjunni út í og hellið vínaigrettunni yfir. Skreytið með steinselju.

Kókosrækjusúpa

Undirbúningur + eldunartími: 55 mínútur | Skammtar: 6

Hráefni

8 stórar hráar rækjur, afhýddar og afvegaðar

1 matskeið af smjöri

Salt og svartur pipar eftir smekk

Fyrir súpuna

1 pund kúrbít

4 matskeiðar af lime safa

2 höfuð af gulum lauk, saxað

1-2 litlir rauðir chili, smátt saxaðir

1 stöngull sítrónugras, aðeins hvítur hluti, saxaður

1 teskeið af rækjumauki

1 tsk af sykri

1½ bolli kókosmjólk

1 teskeið af tamarindmauki

1 bolli af vatni

½ bolli af kókosrjóma

1 matskeið af fiskisósu

2 matskeiðar af ferskri basil, saxað

Leiðbeiningar

Útbúið vatnsbað og setjið Sous Vide í það. Stilltu á 142 F. Settu rækjur og smjör í lofttæmandi lokanlegan poka. Saltið og piprið. Losaðu loftið með því að kreista út vatnið, lokaðu og dýfðu pokanum í vatnsbað. Eldið í 15-35 mínútur.

Á meðan skaltu afhýða kúrbítana og fjarlægja fræin. Saxið í teninga. Í matvinnsluvél skaltu bæta við lauk, sítrónugrasi, chili, rækjumauki, sykri og 1/2 bolli kókosmjólk. Blandið þar til maukað.

Hitið pott við lágan hita og blandið saman laukblöndunni, afganginum af kókosmjólkinni, tamarindmaukinu og vatni. Bætið kúrbít út í og eldið í 10 mínútur.

Eftir að tímamælirinn hættir skaltu fjarlægja rækjurnar og flytja þær yfir í soðið. Þeytið kókosrjóma, limesafa og basil. Berið fram í súpuskálum.

Hunangslax með soba núðlum

Undirbúningur + eldunartími: 40 mínútur | Skammtar: 4

Hráefni

Lax

6 oz laxaflök, húð á

Salt og svartur pipar eftir smekk

1 tsk af sesamolíu

1 bolli af ólífuolíu

1 matskeið af fersku engifer, rifið

2 skeiðar af hunangi

Sesam herbergi

4 oz þurrar soba núðlur

1 matskeið af vínberjafræolíu

2 hvítlauksgeirar, saxaðir

½ haus af blómkáli

3 matskeiðar af tahini

1 tsk af sesamolíu

2 teskeiðar af ólífuolíu

¼ lime í safa

1 sneiðinn vorlauksstilkur

¼ bolli kóríander, gróft saxað

1 tsk af ristuðum valmúafræjum

Lime sneiðar til skrauts

Sesamfræ til skrauts

2 matskeiðar kóríander, saxað

Leiðbeiningar

Útbúið vatnsbað og setjið Sous Vide í það. Stillið á 123 F. Kryddið laxinn með salti og pipar. Blandið sesamolíu, ólífuolíu, engifer og hunangi saman í skál. Setjið laxinn og blönduna í lofttæmanlegan poka. Hristið vel. Losaðu loftið með því að kreista út vatnið, lokaðu og dýfðu pokanum í vatnsbað. Eldið í 20 mínútur.

Á meðan, undirbúið soba núðlurnar. Hitið þrúgufræolíuna á pönnu við háan hita og hrærið blómkálið og hvítlaukinn í 6-8 mínútur. Blandið vel saman tahini, ólífuolíu, sesamolíu, limesafa, kóríander, grænum lauk og ristuðum sesamfræjum í skál. Tæmið núðlurnar og bætið út í blómkálið.

Hitið pönnu við háan hita. Hyljið með bökunarpappír. Eftir að tímamælirinn hættir skaltu fjarlægja laxinn og flytja hann á pönnuna. Steikið í 1 mínútu. Berið núðlurnar fram í tveimur skálum og bætið laxinum út í. Skreytið með limebátum, valmúafræjum og kóríander.

Sælkerahumar með majónesi

Undirbúningur + eldunartími: 40 mínútur | Skammtar: 2

Hráefni

2 humarhalar

1 matskeið af smjöri

2 höfuð af sætum lauk, saxað

3 skeiðar af majónesi

Saltið eftir smekk

Smá af svörtum pipar

2 teskeiðar af sítrónusafa

Leiðbeiningar

Útbúið vatnsbað og setjið Sous Vide í það. Stilltu á 138F.

Hitið vatnið í potti við háan hita þar til það sýður. Opnaðu skeljar humarhalanna og dýfðu þeim í vatn. Eldið í 90 sekúndur. Flyttu yfir í ísvatnsbað. Látið kólna í 5 mínútur. Brjóttu skeljarnar og fjarlægðu skottið.

Setjið skottið með smjörinu í poka sem hægt er að lofttæma. Losaðu loftið með því að kreista út vatnið, lokaðu og dýfðu pokanum í vatnsbað. Eldið í 25 mínútur.

Eftir að tímamælirinn hættir skaltu fjarlægja skottið og þurrka. Sestu til hliðar. Látið kólna í 30 mínútur. Blandið majónesi, sætum lauk, papriku og sítrónusafa saman í skál. Saxið hala, bætið við blönduna með majónesi og blandið vel saman. Berið fram með ristuðu brauði.

Rækjuveislukokteill

Undirbúningur + eldunartími: 40 mínútur | Skammtar: 2

Hráefni

1 pund rækja, afhýdd og afveguð

Salt og svartur pipar eftir smekk

4 matskeiðar af fersku dilli, saxað

1 matskeið af smjöri

4 matskeiðar af majónesi

2 matskeiðar af vorlauk, saxaður

2 teskeiðar af nýkreistum sítrónusafa

2 teskeiðar af tómatpúrru

1 matskeið tabasco sósa

4 aflangar rúllur í kvöldmat

8 lauf af grænu salati

½ sítróna, skorin í sneiðar

Leiðbeiningar

Útbúið vatnsbað og setjið Sous Vide í það. Stilltu á 149 F. Til að krydda skaltu blanda majónesi, grænum lauk, sítrónusafa, tómatmauki og Tabasco sósu vel saman. Saltið og piprið.

Settu rækjurnar og kryddjurtirnar í lofttæmandi poka. Bætið 1 msk dilli og 1/2 msk smjöri í hvern pakka. Losaðu loftið með því að kreista út vatnið, lokaðu og dýfðu pokanum í vatnsbað. Eldið í 15 mínútur.

Hitið ofninn í 400 F. og bakið kvöldverðarrúllur í 15 mínútur. Eftir að tímamælirinn hættir skaltu fjarlægja pokann og tæma hann. Setjið rækjurnar í skálina með dressingunni og blandið vel saman. Berið fram á grænum salathringjum með sítrónu.

Herby sítrónu lax

Undirbúningur + eldunartími: 45 mínútur | Skammtar: 2

Hráefni

2 roðlaus laxaflök

Salt og svartur pipar eftir smekk

¾ bolli extra virgin ólífuolía

1 skalottlaukur skorinn í þunna hringa

1 matskeið af basilíkulaufum, létt saxað

1 tsk kryddjurt

3 oz blandað grænmeti

1 sítrónu

Leiðbeiningar

Útbúið vatnsbað og setjið Sous Vide í það. Stilltu á 128F.

Setjið laxinn og kryddið með salti og pipar í endurlokanlegan poka. Bætið við skalottlaukshringjum, ólífuolíu, kryddjurtum og basil. Losaðu loftið með því að kreista út vatnið, lokaðu og dýfðu pokanum í vatnsbað. Eldið í 25 mínútur.

Eftir að tímamælirinn hættir skaltu fjarlægja pokann og setja laxinn yfir á disk. Blandið matreiðslusafanum saman við smá sítrónusafa og bætið laxaflökunum ofan á. Berið fram.

Saltaðir humarhalar með smjöri

Undirbúningur + eldunartími: 1 klukkustund og 10 mínútur | Skammtar: 2

Hráefni

8 matskeiðar af smjöri

2 humarhalar, án skeljar

2 greinar af fersku estragon

2 matskeiðar af salvíu

Saltið eftir smekk

sítrónu sneiðar

Leiðbeiningar

Útbúið vatnsbað og setjið Sous Vide í það. Stilltu á 134F.

Setjið humarhalana, smjör, salt, salvíu og estragon í lofttæmanlegan poka. Losaðu loftið með því að kreista út vatnið, lokaðu og dýfðu pokanum í vatnsbað. Eldið í 60 mínútur.

Eftir að tímamælirinn hættir skaltu fjarlægja pokann og flytja humarinn á disk. Stráið smjöri ofan á. Skreytið með sítrónusneiðum.

Tælenskur lax með blómkáli og eggjanúðlum

Undirbúningur + eldunartími: 55 mínútur | Skammtar: 2

Hráefni

2 laxaflök með roði
Salt og svartur pipar eftir smekk
1 matskeið af ólífuolíu
4½ matskeiðar af sojasósu
2 matskeiðar af möluðu fersku engifer
2 þunnt sneiðar taílenskir chili
6 matskeiðar af sesamolíu
4 oz tilbúnar eggjanúðlur
6 oz soðin blómkálsblóm
5 teskeiðar af sesamfræjum

Leiðbeiningar

Útbúið vatnsbað og setjið Sous Vide í það. Stilltu á 149 F. Útbúið bökunarplötu klædda álpappír og setjið laxinn, kryddið með salti og pipar og hyljið með annarri álpappír. Bakið í ofni í 30 mínútur.

Fjarlægðu bakaða laxinn í lofttæmanlegan poka. Losaðu loftið með því að kreista út vatnið, lokaðu og dýfðu pokanum í vatnsbað. Eldið í 8 mínútur.

Blandið saman engifer, chili, 4 msk af sojasósu og 4 msk af sesamolíu í skál. Þegar tímamælirinn hættir skaltu fjarlægja pokann og flytja laxinn í núðluskálina. Skreytið með ristuðum fræjum og laxahýði. Dreypið engifer og chilisósu yfir og berið fram.

Létt sjóbirtingur með dilli

Undirbúningur + eldunartími: 35 mínútur | Skammtar: 3

Hráefni

1 pund chilenskur sjóbirtingur, roðlaus
1 matskeið af ólífuolíu
Salt og svartur pipar eftir smekk
1 matskeið af dilli

Leiðbeiningar

Útbúið vatnsbað og setjið Sous Vide í það. Stillið á 134 F. Kryddið sjóbirtinginn með salti og pipar og setjið í lofttæmandi lokanlegan poka. Bætið við dilli og ólífuolíu. Losaðu loftið með því að kreista út vatnið, lokaðu og dýfðu pokanum í vatnsbað. Eldið í 30 mínútur. Eftir að tímamælirinn hættir skaltu fjarlægja pokann og flytja sjóbirtinginn yfir á disk.

Sweet Chili rækju hrærið

Undirbúningur + eldunartími: 40 mínútur | Skammtar: 6

Hráefni

1½ pund af rækjum

3 þurrkaðir rauðir chili

1 matskeið af rifnum engifer

6 mulin hvítlauksrif

2 matskeiðar af kampavíni

1 matskeið af sojasósu

2 tsk af sykri

½ teskeið af maíssterkju

3 grænir laukar, saxaðir

Leiðbeiningar

Útbúið vatnsbað og setjið Sous Vide í það. Stillt á 135F.

Blandið saman engifer, hvítlauksrif, chili, kampavíni, sykri, sojasósu og maíssterkju. Settu skrældar rækjur með blöndunni í endurlokanlegan poka. Losaðu loftið með því að kreista út vatnið, lokaðu og sökktu í vatnsbað. Eldið í 30 mínútur.

Setjið grænan lauk á pönnu yfir miðlungshita. Bætið við olíu og eldið í 20 sekúndur. Eftir að tímamælirinn hættir skaltu fjarlægja soðnu rækjurnar og flytja þær í skál. Skreytið með lauk. Berið fram með hrísgrjónum.

Ávaxtaríkar taílenskar rækjur

Undirbúningur + eldunartími: 25 mínútur | Skammtar: 4

Hráefni

2 kíló af rækjum, skrældar og hreinsaðar

4 stykki af skræld um og söxuðum papaya

2 skalottlaukar, skornir í sneiðar

¾ bolli kirsuberjatómatar, helmingaðir

2 matskeiðar af saxaðri basil

¼ bolli þurrristaðar jarðhnetur á pönnu

Thai dressing

¼ bolli lime safi

6 skeiðar af sykri

5 matskeiðar af fiskisósu

4 hvítlauksrif

4 lítil rauð chili

Leiðbeiningar

Útbúið vatnsbað og setjið Sous Vide í það. Stilltu á 135 F. Settu rækjur í lofttæmilokanlegan poka. Losaðu loftið með því að kreista út vatnið, lokaðu og dýfðu pokanum í vatnsbað. Eldið í 15 mínútur. Blandið limesafanum, fiskisósunni og sykrinum vel saman í skál. Myljið hvítlaukinn og chili. Bætið við dressingublönduna.

Eftir að tímamælirinn hættir skaltu fjarlægja rækjurnar úr pokanum og flytja þær í skál. Bætið papaya, taílenskri basilíku, skalottlaukum, tómötum og hnetum saman við. Gljáðu með dressingu.

Dublin réttur með sítrónu rækjum

Undirbúningur + eldunartími: 1 klukkustund og 15 mínútur | Skammtar: 4

Hráefni

4 matskeiðar af smjöri

2 matskeiðar af lime safa

2 geirar af ferskum hvítlauk, saxaðir

1 tsk af ferskum lime-safa

Salt og svartur pipar eftir smekk

1 pund júmbó rækjur, afhýddar og afvegaðar

½ bolli panko brauðrasp

1 matskeið af ferskri steinselju, söxuð

Leiðbeiningar

Útbúið vatnsbað og setjið Sous Vide í það. Stillt á 135F.

Hitið 3 matskeiðar af smjöri á pönnu við meðalhita og bætið við limesafa, salti, pipar, hvítlauk og börki. Látið kólna í 5 mínútur. Setjið rækjuna og blönduna í lofttæmislokanlegan poka. Losaðu loftið með því að kreista út vatnið, lokaðu og dýfðu pokanum í vatnsbað. Eldið í 30 mínútur.

Á meðan hitarðu smjörið á pönnu á miðlungs hátt og ristaðu panko brauðmylsnuna. Eftir að tímamælirinn hættir skaltu fjarlægja rækjurnar og setja þær yfir í heitan pott yfir háum hita og elda með matreiðslusafanum. Berið fram í 4 súpuskálum og stráið brauðrasp yfir.

Safaríkar hörpuskel með chili og hvítlaukssósu

Undirbúningur + eldunartími: 75 mínútur | Skammtar: 2

Hráefni

2 matskeiðar af gulu karrýdufti

1 matskeið af tómatmauki

½ bolli af kókosrjóma

1 tsk af chili og hvítlaukssósu

1 matskeið af sítrónusafa

6 Jakobshúfur

Soðin brún hrísgrjón, til að bera fram

Ferskt kóríander, saxað

Leiðbeiningar

Útbúið vatnsbað og setjið Sous Vide í það. Stilltu á 134F.

Blandið saman kókosrjóma, tómatmauki, karrýdufti, limesafa og chili hvítlaukssósu. Setjið blönduna með hörpuskelinni í poka sem hægt er að lofttæma. Losaðu loftið með því að kreista út vatnið, lokaðu og dýfðu pokanum í vatnsbað. Eldið í 60 mínútur.

Eftir að tímamælirinn hættir skaltu fjarlægja pokann og flytja hann yfir á disk. Berið fram hýðishrísgrjón og toppið með hörpuskel. Skreytið með kóríander.

Karrírækjur með núðlum

Undirbúningur + eldunartími: 25 mínútur | Skammtar: 2

Hráefni

1 pund rækja, skottið á

8 oz vermicelli núðlur, soðnar og tæmdar

1 teskeið af hrísgrjónavíni

1 tsk af karrýdufti

1 matskeið af sojasósu

1 vorlaukur, sneiddur

2 matskeiðar af jurtaolíu

Leiðbeiningar

Útbúið vatnsbað og setjið Sous Vide í það. Stilltu á 149 F. Settu rækjur í lofttæmilokanlegan poka. Losaðu loftið með því að kreista út vatnið, lokaðu og dýfðu pokanum í vatnsbað. Eldið í 15 mínútur.

Hitið olíuna á pönnu við meðalhita og bætið hrísgrjónavíni, karrýdufti og sojasósu út í. Blandið vel saman og blandið núðlunum saman. Eftir að tímamælirinn hættir skaltu fjarlægja rækjurnar og flytja þær yfir í núðlublönduna. Skreytið með grænum lauk.

Kryddaður rjómaþorskur með steinselju

Undirbúningur + eldunartími: 40 mínútur | Skammtar: 6

Hráefni

Fyrir þorsk

6 þorskflök

Saltið eftir smekk

1 matskeið af ólífuolíu

3 greinar af ferskri steinselju

Fyrir sósuna

1 bolli af hvítvíni

1 bolli hálfur og hálfur rjómi

1 fínt saxaður hvítlaukur

2 matskeiðar af söxuðu dilli

2 teskeiðar af svörtum pipar

Leiðbeiningar

Útbúið vatnsbað og setjið Sous Vide í það. Stillt á 148F.

Setjið þorskflök krydduð með salti í poka sem hægt er að lofttæma. Bætið við ólífuolíu og steinselju. Losaðu loftið með því að kreista út vatnið, lokaðu og dýfðu pokanum í vatnsbað. Eldið í 30 mínútur.

Hitið pott yfir meðalhita, bætið við víni, lauk, svörtum piparkornum og eldið þar til það hefur minnkað. Blandið rjómanum hálfum og hálfum þar til hann þykknar. Eftir að tímamælirinn stöðvast er fiskurinn settur á disk og sósunni dreypt yfir.

French Pot de Rillettes með laxi

Undirbúningur + eldunartími: 2 klukkustundir og 30 mínútur | Skammtar: 2

Hráefni

½ pund roðlaus laxaflök

1 teskeið af sjávarsalti

6 matskeiðar af smjöri

1 laukur saxaður

1 hvítlauksgeiri, saxaður

1 matskeið af lime safa

Leiðbeiningar

Útbúið vatnsbað og setjið Sous Vide í það. Stilltu á 130 F. Settu lax, ósaltað smjör, sjávarsalt, hvítlauksrif, lauk og sítrónusafa í endurlokanlegan poka. Losaðu loftið með því að kreista út vatnið, lokaðu og dýfðu pokanum í vatnsbað. Eldið í 20 mínútur.

Eftir að tímamælirinn hættir skaltu fjarlægja laxinn og flytja hann í 8 litlar skálar. Kryddið með matreiðslusafa. Látið kólna í kæliskápnum í 2 klst. Berið fram með sneiðum af ristuðu brauði.

Salvíu lax með kókos kartöflumús

Undirbúningur + eldunartími: 1 klukkustund og 30 mínútur | Skammtar: 2

Hráefni

2 laxaflök, með roði

2 matskeiðar af ólífuolíu

2 greinar af salvíu

4 hvítlauksrif

3 kartöflur, skrældar og saxaðar

¼ bolli kókosmjólk

1 búnt af regnbogakoli

1 matskeið af rifnum engifer

1 matskeið af sojasósu

Sjávarsalt eftir smekk

Leiðbeiningar

Útbúið vatnsbað og setjið Sous Vide í það. Stilltu á 122 F. Settu lax, salvíu, hvítlauk og ólífuolíu í lofttæmandi lokanlegan poka. Losaðu loftið með því að kreista út vatnið, lokaðu og dýfðu pokanum í vatnsbað. Eldið í 1 klst.

Forhitið ofninn í 375 F. Penslið kartöflur með olíu og bakið í 45 mínútur. Færið kartöflurnar í blandara og bætið kókosmjólk út í. Saltið og piprið. Blandið í 3 mínútur þar til blandan er slétt.

Hitið ólífuolíuna á pönnu við miðlungshita og steikið engifer, svissneska kolið og sojasósu.

Eftir að tímamælirinn hættir skaltu fjarlægja laxinn og flytja hann yfir á heita pönnuna. Steikið í 2 mínútur. Færið yfir á disk, bætið kartöflumús út í og toppið með kulnuðu deiginu til framreiðslu.

Dill Baby Octopus Bowl

Undirbúningur + eldunartími: 60 mínútur | Skammtar: 4

Hráefni

1 pund ungur kolkrabbi

1 matskeið af ólífuolíu

1 matskeið af nýkreistum sítrónusafa

Salt og svartur pipar eftir smekk

1 matskeið af dilli

Leiðbeiningar

Útbúið vatnsbað og setjið Sous Vide í það. Stilltu á 134 F. Settu kolkrabbinn í lofttæmandi lokanlegan poka. Losaðu loftið með því að kreista út vatnið, lokaðu og dýfðu pokanum í vatnsbað. Eldið í 50 mínútur. Eftir að tímamælirinn hættir skaltu fjarlægja kolkrabbinn og þurrka hann. Blandið kolkrabbanum saman við smá ólífuolíu og sítrónusafa. Kryddið með salti, pipar og dilli.

Saltaður lax í hollandaise sósu

Undirbúningur + eldunartími: 1 klukkustund 50 mínútur | Skammtar: 4

éghráefni

4 laxaflök

Saltið eftir smekk

hollandaise sósu

4 matskeiðar af smjöri

1 eggjarauða

1 teskeið af sítrónusafa

1 teskeið af vatni

½ skalottlaukur skorinn í teninga

Smá papriku

Leiðbeiningar

Saltið laxinn. Látið kólna í 30 mínútur. Útbúið vatnsbað og setjið Sous Vide í það. Stillið á 148 F. Setjið allt hráefnið í sósuna í lofttæmandi lokanlegan poka. Losaðu loftið með því að kreista út vatnið, lokaðu og dýfðu pokanum í vatnsbað. Eldið í 45 mínútur.

Eftir að tímamælirinn hættir skaltu fjarlægja pokann. Setja til hliðar. Lækkaðu Sous Vide hitastigið í 120 F og settu laxinn í lofttæmandi lokanlegan poka. Losaðu loftið með því að kreista út vatnið, lokaðu og dýfðu pokanum í vatnsbað. Eldið í 30 mínútur. Færið sósuna yfir í blandara og blandið þar til hún verður ljósgul. Eftir að tímamælirinn hættir skaltu fjarlægja laxinn og þurrka hann. Berið fram toppað með sósu.

Ótrúlegur sítrónu basil lax

Undirbúningur + eldunartími: 35 mínútur | Skammtar: 4

Hráefni

2 kíló af laxi
2 matskeiðar af ólífuolíu
1 matskeið af saxaðri basil
Börkur af 1 sítrónu
Safi úr 1 sítrónu
¼ teskeið af hvítlauksdufti
Sjávarsalt og svartur pipar eftir smekk

Leiðbeiningar

Útbúið vatnsbað og setjið Sous Vide í það. Stilltu á 115 F. Settu laxinn í lofttæmandi lokanlegan poka. Losaðu loftið með því að kreista út vatnið, lokaðu og dýfðu pokanum í vatnsbað. Eldið í 30 mínútur.

Á meðan, í skál, blandið vel saman pipar, salti, basilíku, sítrónusafa og hvítlauksdufti þar til það er fleygt. Eftir að tímamælirinn hættir skaltu fjarlægja laxinn og flytja hann á disk. Geymið matreiðslusafann. Hitið ólífuolíuna á pönnu við háan hita og steikið hvítlaukssneiðarnar. Skildu hvítlaukinn til hliðar. Setjið laxinn á pönnuna og eldið í 3 mínútur þar til hann er gullinbrúnn. Setjið hvítlaukssneiðar á diskinn og toppið.

Eggjabitar með laxi og aspas

Undirbúningur + eldunartími: 70 mínútur | Skammtar: 6

Hráefni

6 heil egg

¼ bolli crème fraiche

¼ bolli geitaostur

4 spjót af aspas

2 oz reyktur lax

2 oz chèvre ostur

½ oz saxaður skalottlaukur

2 teskeiðar af saxuðu fersku dilli

Salt og svartur pipar eftir smekk

Leiðbeiningar

Útbúið vatnsbað og setjið Sous Vide í það. Stillið á 172 F. Blandið saman eggjum, crème fraiche, geitaosti og salti. Skerið aspasinn í teninga og bætið út í skalottlauksblönduna. Skerið laxinn í sneiðar og bætið líka út í skálina. Bætið dilli við. Blandið vel saman.

Bætið eggja- og laxblöndunni í 6 krukkur. Bætið 1/6 af chevre í krukkurnar, þéttið og setjið krukkurnar á kaf í vatnsbaði. Eldið í 60 mínútur. Eftir að tímamælirinn hættir skaltu fjarlægja krukkurnar og strá yfir þeim með salti.

Rækjur með hvítlauk og sinnepi

Undirbúningur + eldunartími: 2 klukkustundir 45 mínútur | Skammtar: 2

Hráefni

½ teskeið af gulum sinnepsfræjum

¼ tsk sellerífræ

½ tsk af rauðum pipar

½ tsk kóríanderfræ

½ teskeið af fennelfræjum

¾ bolli af ólífuolíu

½ bolli af nýkreistum sítrónusafa

4 matskeiðar af hrísgrjónaediki

Salt og svartur pipar eftir smekk

1 lárviðarlauf

1 matskeið af Old Bay kryddi

2 hvítlauksgeirar, mjög þunnar sneiðar

1 pund hreinsaðar rækjur

½ gulur laukur þunnt sneið

Leiðbeiningar

Útbúið vatnsbað og setjið Sous Vide í það. Stillt á 149F.

Hitið pott yfir meðalhita og ristið sinnepsfræin, paprikuflögurnar, selleríið, fennel og kóríanderfræ. Eldið þar til það lyftist. Setjið til hliðar og látið kólna.

Hellið ólífuolíu, sítrónusafa, ristuðu kryddi, svörtum pipar, hrísgrjónaediki, lárviðarlaufi, hvítlauksgeirum og kryddi í niðursuðukrukku. Lokaðu og settu krukkurnar á kaf í vatnsbaði. Eldið í 30 mínútur.

Eftir að tímamælirinn hættir skaltu fjarlægja krukkurnar og láta þær kólna í 5 mínútur. Flyttu yfir í ísvatnsbað til að kólna. Setjið í kæliskáp í 2 tíma áður en það er borið fram.

www.ingramcontent.com/pod-product-compliance
Lightning Source LLC
LaVergne TN
LVHW021705060526
838200LV00050B/2513